அத்யாத்ம ராமாயணம்

அத்யாத்ம ராமாயணம்

அ.கா. பெருமாள் (பி. 1947)

நாட்டார் வழக்காற்றியல் ஆய்வாளர். கிராமங்களில் சிதறிக் கிடக்கும் பன்முகத்தன்மை கொண்ட பண்பாட்டைச் சேகரித்து ஆராய்வது இவரது பணி. இவர் பதிப்பித்ததும் எழுதியதுமான நூல்கள் 94. 'தென்னிந்தியத் தோல்பாவைக் கூத்து' (2003), 'தென்குமரியின் கதை' (2004) ஆகிய நூல்களுக்காகத் தமிழக அரசின் சிறந்த நூலாசிரியர் விருதை இருமுறை பெற்றிருக்கிறார்.

இவரது முக்கியமான நூல்கள்: 'நாட்டார் நிகழ்த்துக் கலைக்களஞ்சியம்' (2001), 'தெய்வங்கள் முளைக்கும் நிலம்' (2003), 'ஆதிகேசவப் பெருமாள் ஆலயம்' (2006), 'தாணுமாலயன் ஆலயம்' (2008), 'இராமன் எத்தனை இராமனடி' (2010), 'வயல்காட்டு இசக்கி' (2013), 'முதலியார் ஓலைகள்' (2016), 'சீதையின் துக்கம் தமயந்தியின் ஆவேசம் (2018) 'தமிழறிஞர்கள்' (2018), 'தமிழர் பண்பாடு' (2018), பூதமடம் நமபூதிரி (2019), அடிமை ஆவணங்கள் (2021), கேரளத்தில் கண்ணகி வழிபாடும் கொடுங்கல்லூர் கோவிலும் (2022).

முகவரி : 471 - 53B2, 'ரம்யா',
கவிமணி நகர்,
தெ.தி. இந்துக் கல்லூரி தெற்கு,
நாகர்கோவில் 629 002.

தொடர்புக்கு: 9442077029

மின்னஞ்சல்: perumalfolk@gmail.com

அ.கா. பெருமாள்

அத்யாத்ம ராமாயணம்

காலச்சுவடு பதிப்பகம்

அன்பார்ந்த வாசகருக்கு,

வணக்கம்.

காலச்சுவடு நூலை வாங்கியமைக்கு நன்றி.

நூலின் உள்ளடக்கம், உருவாக்கம், அட்டைப்படம் இன்ன பிற அம்சங்கள் பற்றிய உங்கள் கருத்துகளையும் ஆலோசனைகளையும் காலச்சுவடு வரவேற்கிறது. தகவல், எழுத்து, வாக்கியப் பிழைகள் தென்பட்டால் கட்டாயம் தெரிவித்து உதவுங்கள். நூல் தயாரிப்பில் கடும் குறைபாடு இருப்பின் மாற்றுப் பிரதி உங்களுக்குக் கிடைக்கக் காலச்சுவடு ஏற்பாடு செய்யும்.

மின்னஞ்சல்: **publisher@kalachuvadu.com**

காலச்சுவடு நாகர்கோவில் அலுவலகத்துக்குக் கடிதம் அனுப்பலாம்.

தங்கள்
எஸ்.ஆர். சுந்தரம் (கண்ணன்)
பதிப்பாளர் – நிர்வாக இயக்குநர்

அத்யாத்ம ராமாயணம் ✦ காவியம் ✦ ஆசிரியர்: அ.கா. பெருமாள் ✦ © அ.கா. பெருமாள் ✦ முதல் பதிப்பு: அக்டோபர் 2023 ✦ வெளியீடு: காலச்சுவடு பப்ளிகேஷன்ஸ் (பி) லிட்., 669, கே.பி. சாலை, நாகர்கோவில் 629001

காலச்சுவடு பதிப்பக வெளியீடு: 1197

atyaatma raamaayaNam ✦ Mythology ✦ Author: A.K. Perumal ✦ © A.K. Perumal ✦ Language: Tamil ✦ First Edition: October 2023 ✦ Size: Demy 1 x 8 ✦ Paper: 18.6 kg maplitho ✦ Pages: 136

Published by Kalachuvadu Publications Pvt. Ltd., 669 K.P. Road, Nagercoil 629001, India ✦ Phone: 91-4652-278525 ✦ e-mail: publications @kalachuvadu.com ✦ Printed at Adyar Students xerox Pvt. Ltd., No. 275 Habibullah Road, Triplicane high Road, Opp Triplicane Post Office, Triplicane, Chennai 600005

ISBN: 978-81-19034-30-7

10/2023/S.No. 1197, kcp 4672, 18.6 (1) rss

மானுடவியல் அறிஞர் எஸ். பக்தவத்சல பாரதி
அவர்களுக்கு

பொருளடக்கம்

முகவுரை	13
பாலகாண்டம்	21
பரமசிவன் சொன்ன கதை	21
பிரம்மாவின் வரம்	21
ராமன் பிறந்தான்	22
தாடகை வதை	23
அகலிகை விமோசனம்	24
ராமன் வில்லொடித்தல்	25
பரசுராமர் வந்தார்	27
அயோத்தி காண்டம்	28
நாரதர் வந்தார்	28
மந்திரையின் சூழ்ச்சி	29
இரண்டு வரங்கள்	31
லட்சுமணனின் ஆவேசம்	33
ராமன் விடைபெறுதல்	35
வான்மீகியின் கதை	36
தசரதன் சொன்ன கதை	38
பரதன் சித்திரக்கூடம் வருதல்	39
பாதுகைக்கு முடிசூட்டல்	39

ஆரண்யகாண்டம் — 42

- விராதன் வதை — 42
- சரபங்கரின் முக்தி — 42
- அகத்தியரின் சந்திப்பு — 43
- ராமன் இலட்சுமணனுக்கு உபதேசம் செய்தல் — 43
- சூர்ப்பநகையின் சூழ்ச்சி — 44
- மாரீசனின் உதவி — 46
- சீதையைக் கவருதல் — 47
- ஜடாயுவின் மோட்சம் — 49
- கவந்தன் வதை — 50
- சபரிக்கு உபதேசம் — 51

கிட்கிந்தா காண்டம் — 52

- சுக்கிரீவனின் கதை — 52
- வாலி சுக்கிரீவன் சண்டை — 55
- தாரைக்கு உபதேசம் — 58
- சுக்கிரீவனுக்கு அனுமன் அறிவுரை — 59
- தாரையின் சமாதானப் பேச்சு — 59
- சுயம்பிரபா — 61
- சம்பாதியின் யோசனை — 63
- சிறகு முளைத்தது — 64
- அனுமான் தகுதியானவன் — 65

சுந்தர காண்டம் — 67

- இலங்கிணி இறந்தாள் — 67
- ராமனைப் பழித்த இராவணன் — 69
- சூடாமணி — 71
- இலங்கையில் நெருப்பு — 74
- சீதையைக் கண்டேன் — 75

யுத்த காண்டம் — 77

- படை புறப்பட்டது — 77
- விபீஷணன் வெளியேறினான் — 79
- கடலரசன் பணிந்தான் — 80
- தூதர்களின் அறிவுரை — 82
- போர் ஆரம்பமானது — 84
- இன்று போ; நாளை வா — 87
- காலநேமி இறந்தான் — 88
- கும்பகர்ண வதை — 91
- இந்திரஜித்து இறந்தான் — 93
- மண்டோதரி பட்ட அவமானம் — 94
- இராவணன் வீழ்ந்தான் — 97
- நெருப்பில் குதித்த சீதை — 99
- புஷ்பக விமானப் பயணம் — 103
- ராமன் பரதனைக் கண்டான் — 104
- ராமன் முடிசூட்டினான் — 106
- விடைபெறுதல் — 107

உத்தர காண்டம் — 109

- இராவணனின் வரலாறு — 109
- கார்த்தவீரிய அர்ச்சுனனும் வாலியும் — 116
- வாலியும் ராவணனும் — 117
- வாலி சுக்கிரீவன் பிறப்பு — 117
- மாருதியின் கதை — 119
- இராவணன் பெண்களிடம் அவமானப்பட்டது — 120
- சீதை கர்ப்பமானாள் — 121
- சீதை காட்டிற்குப் போனாள் — 121
- வான்மீகி ஆசிரமம் — 124

நிருகன் கதை	124
ஜனகன் பிறப்பு	125
நகுஷன் கதை	126
இலவணன் வதை	127
அகத்தியர் சொன்ன கதை	129
சுவேதையின் கதை	130
தண்டன் கதை	132
அசுவமேத யாகம்	132
இலட்சுமணனின் இறப்பு	134
ராமனும் மறைந்தான்	135

முகவுரை

'ராமாயணம்' என்பது ஒரே ஒரு வடிவ முடைய கதை அல்ல. உலகில் எத்தனையோ ராமாயணங்கள் உள்ளன. எத்தனையோ ராமர்கள் உள்ளனர். இவ்வளவு மாற்றுப் பிரதிகள் கொண்ட காவியம் உலகில் வேறு இல்லை. எல்லா இந்திய மொழிகளிலும் தெற்காசியாவில் உள்ள நாடுகளின் பெரும்பாலான மொழிகளிலும் ராமாயணக் கதை வடிவங்கள் கிடைத்துள்ளன.

இந்தியாவில் மட்டுமல்ல; சீன, மலேஷியா, கம்போடியா போன்ற நாடுகளிலும் உள்ள ராமர்கள் பல்வேறு வடிவங்களில்தான் உள்ளனர். பவுத்த, சமணர்களிடமும் வேறுபட்ட வடிவமுடைய ராமன் இருக்கிறான். இப்படியாகச் செவ்வியல் மரபில் மட்டுமன்றி நாட்டார் மரபில்கூடப் பல்வேறு ராமாயண வடிவங்கள் குவிந்து கிடக்கின்றன.

இந்தியாவிலும் கீழை நாடுகளிலும் உள்ள ராமாயணங்களின் பட்டியல் முழுமையாகத் தொகுக்கப்படவில்லை. ஆய்வாளர்கள் இது குறித்த முழுமையான முடிவை வெளியிடவில்லை. சமஸ்கிருதத்தில் அமைந்த வான்மீகி ராமாயணத்தை ஆரம்ப காலத்தில் தமிழில் மொழிபெயர்த்த (1925) ஸ்ரீநிவாச அய்யங்கார் தன் நூலின் முகவுரையில் இருபதுக்கு மேற்பட்ட ராமாயணங்களின் பட்டியலை யும் ராமாயணம் தொடர்பாக 55 நூல்களையும் தருகிறார்.

தமிழில் ராமாயணக் கதைகளை ஒன்றாக வைத்து விரிவாக ஒப்பிட்டு ஆராய்ந்த அ.அ. மணவாளன் 48 ராமாயண நூல்களின்

பெயர்களைக் குறிப்பிடுகிறார். இவற்றில் சமஸ்கிருத மொழியில் அமைந்தவை 15, பிராகிருதம் 4, பாலி 2. இவை இந்தியாவின் பழைய மொழிகள்.

இந்தியாவிற்கு வெளியே உள்ள திபெத், பழைய ஜாவானியம், ஜப்பான், மலாய், பர்மியம், பிலிப்பைன்ஸ், தாய்லாந்த், லாவோஸ் ஆகிய மொழிகளிலும் ராமாயணக் கதைகள் உள்ளன.

இந்திய மொழிகளில் தமிழ், தெலுங்கு, அசாமி, மலையாளம், வங்காளி, கன்னடம், மராட்டி, இந்தி, ஒரியா, பாரசிகம், காஷ்மீரி ஆகிய மொழிகளிலும் ராமாயணங்கள் உள்ளன. சமஸ்கிருத மொழியில் அமைந்த ராமாயணங்கள் 15 உள்ளன என்கிறார் மணவாளன். அவை வருமாறு.

வான்மீகி ராமாயணம் கி.மு. 4–5 நூற்றாண்டு
மகாபாரதம் (வியாசர்) கி.மு. 4 நூற்றாண்டு
இரகுவம்சம் (காளிதாசன்) கி.பி. 4–5 நூற்றாண்டு
பட்டிகாவியம் அல்லது ராவணவதம் (பட்டி) கி.பி. 7 நூற்றாண்டு
ஜானகி ஹரண் (குமாரதாசர்) கி.பி. 8–9 நூற்றாண்டு.
ராமசரிதம் (அபிநந்தர்) கி.பி. 10 நூற்றாண்டு
சம்புராமாயணம் (போசராசர்) கி.பி. 11 நூற்றாண்டு
ராமாயண மஞ்சரி (சோமேந்திரர்) கி.பி. 11 நூற்றாண்டு
பத்மபுராணம் (ரவிசேனர்) கி.பி. 12–13 நூற்றாண்டு
உகார ராகவம் (சாகல்யமல்லர்) கி.பி. 12–14 நூற்றாண்டு
அத்யாத்ம ராமாயணம் (ராமானந்தர்) கி.பி. 14 நூற்றாண்டு
நரசிம்மபுராணம் (பெயர் தெரியாது) கி.பி. 3 நூற்றாண்டு
பாகவதம் (பெயர் தெரியாது) கி.பி. 6–7 நூற்றாண்டு
ஆனந்த ராமாயணம் (பெயர் தெரியாது) கி.பி. 15 நூற்றாண்டு
புசுண்டி ராமாயணம் (பெயர் தெரியாது) கி.பி. 12 நூற்றாண்டு

சமஸ்கிருத ராமாயணங்களில் அத்யாத்ம ராமாயணம் மிக முக்கியமாகக் கருதப்படுகிறது. இதன் ஆசிரியர் பற்றிய சரியான தகவல்கள் கிடைக்கவில்லை என்கின்றனர். கிருஷ்ண சைதன்யர் கட்டளையால் ராமானந்த சுவாமி என்பவர் இதை இயற்றினார் என்பது ஒரு செய்தி.

பாவார்த்த ராமாயணம் என்னும் மராட்டிய நூலில் அத்யாத்ம ராமாயணம் பற்றிய குறிப்பு வருவதால் இதன்

காலம் கி.பி. 14 அல்லது 15ஆம் நூற்றாண்டாக இருக்கலாம் என்று ஊகிக்கின்றனர். இந்த ராமாயணத்தின் செல்வாக்கு, ஆனந்த ராமாயணம், ஏகநாகரின் பாவார்த்த ராமாயணம், துளசிதாசரின் ராமசரித மானசம் ஆகியவற்றில் உள்ளது என்கிறார் மணவாளன்.

அத்யாத்ம ராமாயணம் வைணவ சம்பிரதாயத்தின் அடிப்படையில் எழுதப்பட்டது. இனிய சந்தமுடையது. பக்தி, தாந்திரிக செல்வாக்குடையது, தத்துவார்த்த விசாரமுடையது. இந்த ராமாயணத்தில் ராமன் தன்னைப் பரம்பொருளாகவே காட்டிக்கொள்கிறான். ராம வழிபாடு விஜயநகரப் பேரரசு காலத்தில் பெருகுவதற்கு இந்த ராமாயணமும் ஒரு காரணம் என்கின்றனர்.

ஒருமுறை பார்வதி தேவி பரமசிவனை வணங்கித் தனக்கு ராம தத்துவத்தை உரைக்கும்படி கேட்டார். சிவன் தேவிக்கு அத்யாத்ம ராமாயணம் என்னும் காப்பியத்தை ரகசியமாக உபதேசம் செய்தார். பார்வதி இதை தினமும் தியானித்து மனனம் செய்தார் என்று இந்தக் காவியத்தின் பூர்வ வரலாற்றை எழுதியவர்கள் கூறுகின்றனர்.

பரமசிவன் பார்வதிக்குக் கூறியதாக அமைந்த அத்யாத்ம ராமாயணம் ஏழு காண்டங்களும் 65 சருக்கங்களும் 4399 சுலோகங்களும் உடையது. இந்நூலில் கதைப்போக்கிற்கிடையே தத்துவார்த்த விவாதமும் ராமனின் பெருமை பேசலும் இழையோடுகின்றன. சில வருமாறு:

ராமனுக்கு நாடு இல்லை என்றதும் லட்சுமணன் கொதித்தெழுகிறான். அப்போது ராமன் தம்பியை அணைத்துக் கொண்டு அறிவுரை கூறுகிறான். இதில் விதி முன்னிலைப்படுத்தப் படுகிறது. ராமன், "பாம்பின் வாயிலகப்பட்ட தவளை காட்டு ஈக்களை விழுங்குவதுபோல் காலச்சக்கரத்தால் விழுங்கப்பட்ட மனிதன் அழியும் சுகத்தை விரும்புகிறான்" என்கிறான். (அயோத்தி காண்டம்)

ராமன் குகனிடம் விடைபெற்ற பின்பு லட்சுமணன் சீதையுடன் வான்மீகி முனிவரைச் சந்திக்கிறான். அப்போது ராமன் நான் இந்தக் காட்டில் எங்கே தங்குவது, அதற்குரிய இடம் எது எனக் கேட்கிறான். முனிவர் ராமனைப் புகழ்வது போல் பேசித் தன் பதிலைச் சாமர்த்தியமாகக் கூறுகிறார். (அயோத்தி காண்டம்)

பரதன் ராமனைத் திருப்பியழைக்கக் கானகம் செல்லும் போது ராமன் கைகேயியைத் தனியே சந்தித்துப் பேசுகிறான்.

அப்போது தன் அவதார மகிமையைக் கூறி அவளைச் சமாதானப்படுத்துகிறான். (அயோத்தி காண்டம்)

ராமன் சபரி சந்திப்பின்போது தன்னிடம் பக்தி செலுத்துபவர் பற்றி ராமன் பேசுகிறான். இது விரிவாக வருகிறது. (ஆரண்ய காண்டம்)

வாலி வதை முடிந்த பின்பு ராம லட்சுமணர்கள் பிரஸரவனம் என்ற மலையின் உச்சியில் ஒரு குகையில் தங்குகின்றனர். அது ரம்மியமான இடம். அதன் அழகை ரசித்துக்கொண்டிருந்த ராமனிடம் லட்சுமணன் உலக ஞானிகளைப் பற்றிக் கேட்கிறான். ராமன் இதற்கு நீண்ட பதில் அளிக்கிறான். (கிட்கிந்தா காண்டம்)

அனுமன் முதலான வானரங்கள் சீதையைத் தேடிச் சென்ற போது களைத்து ஒரு இடத்தில் தங்குகின்றன. தாகம் தீர்க்க ஒரு குகைவழியே செல்கின்றன. அங்கு பெரிய சோலையையும் சுனையையும் கண்டன. சோலையில் ஒரு பெண் தவம் செய்துகொண்டிருந்தாள். அவள் தன்னை அனுமனிடம் அறிமுகப்படுத்திக்கொண்டாள். அனுமன் அங்கு வந்த நோக்கத்தை அறிந்ததும் அவள் ராமனின் பெருமையை விரிவாகக் கூறுகிறாள். (கிட்கிந்தா காண்டம்)

இராவணன் சீதையைக் கவர்ந்து செல்ல வந்தபோது சீதையிடம் ராமனைப் பற்றி அவதூறாகப் பேசுகிறான். உண்மை யில் இராவணனின் அந்தப் பேச்சின் அந்தரங்கமான விளக்கம் ராமனின் புகழ் பாடுவதுதான். (சுந்தர காண்டம்)

இராவணனின் சபையில் நின்றபோது அனுமன் ராமனின் பெருமையைக் கூறுகிறான். (சுந்தர காண்டம்)

இராவணன் சீதையைக் கவர்ந்தது தவறு என விபீஷணன் கூறியதும் அவனை வெளியேறும்படி உத்தரவிடுகிறான் இராவணன். அப்போது ராமனைப் பற்றி இராவணனுக்கு விரிவாகச் சொல்லுகிறான் விபீஷணன். (யுத்த காண்டம்)

இராவணனின் உளவாளிகளில் ஒருவனான ஆகன் என்பவன் ராமனின் பெருமையை இராவணனுக்கு உணர்த்தும் பகுதி முக்கியமானது. (யுத்த காண்டம்)

இராவணனின் தாத்தா மாலியவான் ராமனின் பெருமை பற்றி இராவணனிடம் கூறும் பகுதி ஒன்று. (யுத்த காண்டம்)

அனுமன் சஞ்சீவி மருந்தை தேடிச் செல்வதைத் தடுக்கக் காலநேமி என்பவனிடம் உதவி கேட்டான் இராவணன். அவன் மாரீசனைப் போன்றவன்; யோகி. ராமனின் அவதாரப்

பெருமையைக் கூறி இராவணனுக்கு அறிவுரை சொல்லுகிறான். (யுத்த காண்டம்)

கும்பகர்ணன் இராவணனுக்கு அறிவுரை கூறும்போது ராமனின் பெருமை பேசுகிறான். (யுத்த காண்டம்)

இராவணனின் இறுதி நாள் போருக்கு முன்பு மண்டோதரி கணவனிடம் பேசும் பேச்சு ராமனின் புகழ் பற்றியது. (யுத்த காண்டம்)

இராவணன் உயிரை விடும்போது தேவர்களிடம் உபதேசம் செய்கிறான். இது ராமனின் பெருமை பேசுமிடம். (யுத்த காண்டம்)

இராவணனின் இறப்பால் மனம் மயங்கி நின்ற விபீஷணனுக்கு ராமன் கூறும் அறிவுரை நிலையாமை பற்றிய விளக்கம். (யுத்த காண்டம்)

இராவணன் இறந்த பின் தேவர்கள் ராமனிடம் வந்து. நேரடியாக ராமனின் பெருமையைப் பேசினர். (யுத்த காண்டம்)

இப்படியாக ராமனின் பெருமை, வாழ்க்கை நிலையாமை எனப் பல்வேறு விஷயங்களைப் பேசுவது இந்த ராமாயணம்.

✦ ✦ ✦

கேரளத்தின் மிகச் சிறந்த கவியான துஞ்சத்து ராமாநுஜன் எழுத்தச்சன் அத்யாத்ம ராமாயணக் கிளிப்பாட்டு என்னும் பெயரில் மலையாளத்தில் எழுதியுள்ளார். அத்யாத்ம ராமாயணத்திற்கு வந்த இந்திய மொழிபெயர்ப்புகளில் இதுவே சிறந்தது என்கின்றனர்.

மலையாள மொழியின் எழுத்து வடிவத்தைச் சீரமைத்த எழுத்தச்சன் நவீன மலையாளத்தின் தந்தை எனப்படுகிறார். இவர் மலப்புறம் திருக்கண்டியூர் அருகே ஒரு கிராமத்தில் 1495இல் பிறந்தார். திருமணமாகிப் பெண் குழந்தை பிறந்த பின் துறவியாகித் தமிழகம், ஆந்திரம் எனச் சுற்றியலைந்தார். கடைசிக் காலத்தில் பாலக்காடு மாவட்டம் சித்தூர் அருகே அனிகோடு தெக்கு கிராமத்தில் வாழ்ந்தார். அங்கே 1573இல் இறந்தார்.

கேரளத்தில் கற்கடக மாதத்தில் (அக்டோபர்) அத்யாத்ம ராமாயணத்தைப் பாராயணம் செய்யும் வழக்கம் இன்றும் உள்ளது.

அத்யாத்ம ராமாயணத்தின் ஆங்கில மொழிபெயர்ப்பைச் சென்னை ராமகிருஷ்ணா மடம் வெளியிட்டுள்ளது.

(தபஸ்யான நந்தா 1985) பைஜ்நாத் பூரி என்பவரும் (காஸ்மா பப்ளிகேஷன் 2005) சுதிர்குமார் சென் (2012) என்பவரும் ஆங்கிலத்தில் மொழிபெயர்த்துள்ளனர்.

அத்யாத்ம ராமாயணத்தின் தமிழ் மொழிப்பெயர்ப்புகள் கீழ்வருமாறு

1. கேசவர்மா (1896)
2. பரத்வாச நாயுடு (1901)
3. நடேச சாஸ்திரி (1909)
4. பாலகிருஷ்ண முதலியார் (1914)
5. சீதா அச்சகம் கோரக்பூர் (2009)
6. ஹரணி (2014)

நடேச சாஸ்திரி சமஸ்கிருதம், தமிழ் இரண்டும் அறிந்தவர் என்றாலும் சீர்காழி ஆ. வேதகிரி தொண்டரின் உதவியுடன் அத்யாத்ம ராமாயணத்தை மூலமொழியிலிருந்து பெயர்த்திருக்கிறார். இவர் திரிசிரபுரம் மகாவித்துவான் மீனாட்சி சுந்தரம் பிள்ளையின் மாணவர். இதன் முதல் பதிப்பு 1909இல் வந்திருக்கிறது. சென்னை எஸ்.ஜி. அய்யர் அண்ட் கம்பெனியார் வெளியிட்டுள்ளனர். இரண்டாம் பதிப்பு வரும்போது (1914) இவர் இறந்துவிட்டார். முதல் பதிப்புக்கு இவர் எழுதிய முகவுரை இரண்டாம் பதிப்பிலும் உள்ளது.

இவர் அத்யாத்ம ராமாயணத்தை எழுதியவர் விசுவாமித்திரர் என்று கூறுகிறார். 546 பக்கங்கள் கொண்ட இந்நூலில் நாரதருக்கு பிரம்மதேவர் உபதேசித்த அத்யாத்ம ராமாயணப் பிரபாவத்தின் மொழிபெயர்ப்பும் உள்ளது. இந்நூலின் கடினமான பாகங்களுக்கு அடிக்குறிப்புகள் உள்ளன. நடை கடுமையானது. சமஸ்கிருதக் கலப்பு அதிகம். சாதாரண வாசகருக்குப் புரியாது.

அத்யாத்ம ராமாயணத்தின் இரண்டாவது மொழி பெயர்ப்பின் முதல் பதிப்பு 1913இலும், இரண்டாம் பதிப்பு 1922இலும் வந்திருக்கிறது. இந்த நூல் சீதாராம சாஸ்திரி தெலுங்கு மொழியில் எழுதிய அத்யாத்ம ராமாயணத்தின் தமிழ் மொழிபெயர்ப்பு. கே. பாலகிருஷ்ண முதலியார் என்பவர் தெலுங்கிலிருந்து தமிழில் மொழிபெயர்த்திருக்கிறார். சென்னை அஹோா அச்சகம் வெளியீடு.

இந்த நூலின் முகவுரையில் பிரம்ம ஸ்ரீ வித்துவான் சீதாராம சாஸ்திரி சமஸ்கிருதத்திலிருந்து தெலுங்கில் சுருக்கிய நூலின்

மொழிபெயர்ப்பு என உள்ளது. ப. சடகோபராமாநுஜ முதலியார் தமிழைச் செப்பனிட்டிருக்கிறார். சென்னை பச்சையப்பன் கல்லூரி ஆ. சிங்காரவேலு முதலியார் பதிப்பித்திருக்கிறார்.

முதல் பதிப்பில் ராமாயணக் காட்சி வரைபடங்கள் உள்ளன. இந்த மொழிபெயர்ப்பு தெலுங்கிலிருந்து அப்படியே மாற்றம் செய்யப்பட்டது. பல இடங்களில் மூல சுலோகங்களின் மொழிபெயர்ப்பு, சமஸ்கிருத, தெலுங்குக் கலப்பு அதிகம்.

இதன் மொழிபெயர்ப்பாளரான கே. பாலகிருஷ்ண முதலியார் 1840இல் ஹைதராபாத்தில் பிறந்தார். இவரது முன்னோர்கள் செஞ்சி அரசனிடம் மந்திரியாய் இருந்தவர்கள். பல மொழிகள் அறிந்த பாலகிருஷ்ண முதலியார் இந்திய ரயில்வே துறையில் உயர் பதவியில் இருந்தவர். ஓய்வு பெற்ற பின் சென்னையில் தங்கினார். 1911இல் இறந்தார்.

இவர் தமிழ், தெலுங்கு, ஆங்கிலம் ஆகிய மொழி களில் 21க்கு மேற்பட்ட நூல்கள் எழுதியிருக்கிறார். அத்யாத்ம ராமாயண மொழிபெயர்ப்பு நூலின் பிரதிகளை பெரும்பாலும் இலவசமாகக் கொடுத்திருக்கிறார்.

கோரக்பூர் பதிப்பும் (2009) ராமகிருஷ்ணாமடம் பதிப்பும் (2014) அத்யாத்ம ராமாயணத்தின் கதைப்போக்கை மாறாமல் கூறுபவை.

✦ ✦ ✦

அத்யாத்ம ராமாயணம் என்ற இந்நூலை இரண்டு ஆண்டுகள் சென்னையில் என் மகள் வீட்டில் இருந்தபோது கொஞ்சம் கொஞ்சமாக (2019, 2020) எழுதினேன். இதை எழுத ஆரம்பிக்கும் முன் கி.ஆ. ஸ்ரீநிவாச அய்யங்காரின் வான்மீகி ராமாயணத்தின் இரண்டு பகுதிகளையும் (1984 பதிப்பு 1835 பக்கங்கள்) முழுதும் படித்தேன். ஆரம்ப காலத்தில் வந்த அத்யாத்ம ராமாயணத்தின் இரண்டு மொழிபெயர்ப்பு நூல்களையும், பிற்பாடு வந்த இரண்டு நூல்களையும் படித்தேன். ராமகிருஷ்ணாமடம் வெளியிட்ட (1985) ஆங்கில மொழிபெயர்ப்பு முந்தைய நூல்களை ஒப்பிட பெரிதும் உதவியது.

இவற்றிலிருந்து ஒரு மூலநூலை உருவாக்குவது சவாலாக இருந்தது. நடேச சாஸ்திரியின் மொழிபெயர்ப்பு பெரும் அளவில் உதவியது. நான் ஏற்கெனவே சேகரித்த செய்திகளை நூல் வடிவில் உருவாக்கத் தேவையான அவகாசத்தை உலகையே வாட்டிய கொரானா – 19 கொடுத்தது. ஒரு மாதத்திற்கு மேல்

அடைந்து கிடந்தபோது பொறுமையாக இந்நூலை எழுத முடிந்தது.

இந்த நூல் சாதாரண வாசகருக்கு எழுதப்பட்டது. கூடிய மட்டும் தமிழ் சொற்களையே பயன்படுத்தி எழுதுங்கள் என்று அடிக்கடி நினைவுபடுத்திய என் வாசகர்களை இந்நூல் எழுதும்போது மறக்கவில்லை.

இந்த நூலை எழுதும்போது சில ஆலோசனைகள் கூறிய கல்வெட்டியல் அறிஞர் செந்தீ நடராசன், அரிய நூல்களைப் பெற உதவிய பேரா. முனைவர் தெ.வெ. ஜெகதீசன் ஆகியோருக்கு நன்றி கூறுவது என் கடமையாகக் கருதுகிறேன்.

கணிப்பொறியில் தட்டச்சுசெய்த காயத்ரி, நூலை வடிவமைத்த செ. அபிஷா, அட்டைப்படம் தயாரித்த வள்ளியூர் வி. பெருமாள், அச்சுப்பிழை திருத்திய நண்பர் அரவிந்தன் ஆகியோருக்கு என் அன்பும் நன்றியும்.

நாகர்கோவில்
21-07-2023

அ.கா.பெருமாள்

1

பாலகாண்டம்

1. பரமசிவன் சொன்ன கதை

ஒரு சமயம் கயிலை மலையில் பரமசிவனிடம் பார்வதி, "எனக்கு ஒரு சந்தேகம்; தசரதனின் மகன் ராமனை எல்லோரும் பெரிதாகப் போற்று கிறார்களே, ராமன் தன்னை அறிந்தவனா? உயர்ந்த தத்துவத்தைப் புரிந்துகொண்டவன் என்று சொல்லுகிறார்களே. அப்படியானால் சீதையின் பிரிவால் ஏன் புலம்ப வேண்டும்" என்று கேட்டாள்.

பரமசிவன் புன்முறுவலுடன் பேச ஆரம்பித்தான். "பார்வதி! ராமனைப் பற்றிப் பேச வேண்டும் என்ற எண்ணமே உயர்வானது. ராமன் இந்தப் பிரபஞ்சம் எங்கும் வியாபித்திருக்கிறான் என்பதைத் தெரிந்துகொள்" என்றான். பின்னர் ராமனைப் பற்றிய தத்துவார்த்தமான செய்திகளைச் சொன்னான்.

பார்வதி, "என் மனம் இப்போது தெளிவடைந்து விட்டது. எனக்கு ராமனின் வரலாற்றைச் சொல்லுங்கள்" என்றாள். பரமசிவனும் "சரி, கேள்" என ஆரம்பித்தார்.

2. பிரம்மாவின் வரம்

இராவணனின் கொடுமை தாங்காமல் தேவர்கள் பிரம்மதேவனிடம் முறையிட்டனர். பிரம்மா விஷ்ணுவை அழைத்து, "பகவானே புலஸ்தியர் மரபில் வந்த விச்ரவசுவின் மகன் ராவணன் தேவர்களுக்கும் பூதேவிக்கும் கொடுமை செய்கிறான். நான் முன்பு ஒருமுறை ராவணனிடம் மனிதனால் நீ இறப்பாய் என்று சொல்லியிருந்தேன். அதனால்

நாராயணனே ராவணனை நீரே வதம் செய்ய வேண்டும்" என்று கேட்டுக்கொண்டார்.

விஷ்ணு, "பிரம்மாவே, முன்பு ஒருமுறை காசி மன்னன் என்னைப் புதல்வனாக அடையக் கேட்டிருக்கிறான். அவன் இப்போது தசரதன் என்னும் பேரில் அயோத்தியை ஆட்சி செய்கிறான். நான் என் உருவத்தை நான்காகப் பிரித்து மூன்று தாயாரிடமும் நான்கு குழந்தைகளாகப் பிறப்பேன். யோகமாயை சீதை என்னும் பேரில் ஜனகனுக்கு மகளாக அவதரிப்பாள். எல்லாம் நல்லதே நடக்கும்" என்றார். பிரம்மா, "தேவர்கள் வானரர்களாகப் பிறந்து ராமனுக்கு உதவுவார்கள்" என்றார்.

3. ராமன் பிறந்தான்

அயோத்தி அரசன் தசரதனுக்குத் திருமணமாகிப் பல நாட்களாகக் குழந்தை இல்லை. இதனால் துன்பமடைந்த அவன் தன் குலகுருவான வசிட்டரிடம், "மரபு விட்டுவிடப் போகிறதே என்ன செய்யலாம்" எனக் கேட்டான்.

வசிட்டர் "அரசே உனக்கு நான்கு குழந்தைகள் பிறக்க விதி உண்டு. பெரும் தவசீலரான ரிஷ்யசிருங்க முனிவரை அழைத்து புத்திரகாமேஷ்டி யாகம் செய்வாய்; நல்லது நடக்கும்" என்றார். தசரதன், "அப்படியே" என்றான்.

மந்திரிகள் ரிஷ்யசிருங்கரை அழைத்து வந்தனர். அந்த ரிஷி தூய மனத்துடன் வேள்வி செய்தார். யாகக்குழியிலிருந்து அக்கினி தேவன் வந்தான். அவரது கையில் பொன்னிறப் பாத்திரம் இருந்தது. அவர் தசரதனைப் பார்த்து "இந்தப் பாத்திரத்திலிருக்கும் பாயசத்தை உன் மனைவிகளுக்குக் கொடு. பரமாத்மாவின் அம்சமாகக் குழந்தைகள் பிறக்கும்" என்றார்.

தசரதன் பாயசத்தை இரண்டாகப் பங்கு வைத்து கோசலைக்கும் கைகேயிக்கும் கொடுத்தான். சுமத்திரைக்கும் அதை உண்ண ஆசை. அதனால் மற்ற இருவரும் பாயசத்தின் ஒரு பங்கை சுமித்திரைக்குக் கொடுத்தனர். மூன்று பேரும் பாயசத்தை உண்டனர்.

கோசலை ராமனைப் பெற்றாள். அவன் தன் சுய ரூபத்தைக் காட்டினான். அவள் பரவசமானாள். "அம்மா நான் ராவணனை வதை செய்யப் பிறந்திருக்கிறேன். உனக்கு மங்களம் உண்டாகட்டும். என் வரலாற்றைப் படிப்பவரும் கேட்பவரும் நலமடைவர். அவர்கள் மரண பயத்தை நீக்குவர்" என்றான்.

கைகேயிக்குப் பரதன் பிறந்தான். சுமித்திரைக்கு லட்சுமணனும் சத்துருக்கனும் பிறந்தனர். கோசலையின் பாயசப்

பங்கில் உருவான லட்சுமணன் ராமனுடன் ஒட்டிக்கொண்டான். கைகேயியின் பாயசப் பங்கில் பிறந்த சத்துருக்கனன் பரதனிடம் கூடி விளையாடினான்.

ராமன் எல்லோரையும் சந்தோஷப்படுத்துபவன், இரட்சிக்கிறவன் ஆதலால் ராமன் எனப்பட்டான். எல்லோரை யும் ஆளப்போகிறவன்; ஆதலால் பரதன் ஆனான். சகல லட்சணங்களுடன் பிறந்தவன் லட்சுமணன். பகைவர்களை அழிப்பவன் சத்துருக்கனன். இப்படியாக நால்வரும் பெயர் பெற்றனர்.

நால்வரும் உரிய பருவத்தில் கல்வி கற்றனர். வில்வித்தை யில் பயிற்சி பெற்றனர். ராமனும் லட்சுமணனும் குதிரையில் காட்டுக்குச் சென்று விலங்குகளை வேட்டையாடினர். ராமன் பரந்தாமனின் அம்சமானாலும் மனிதனாகவே வாழ்ந்தான்.

4. தாடகை வதை

தசரதன் நான்கு மக்களுடன் மகிழ்ச்சியாய் இருக்கும் வேளை யில் ஒருநாள் விசுவாமித்திரர் அயோத்தி நகருக்கு வந்தார். தசரதன் அவரை வரவேற்றான். முனிவர், "அரசே நான் வேள்வி செய்யும்போது மாரீசன், சுபாகு என்னும் இரண்டு அரக்கர் களும் இடையூறு செய்கின்றனர். அவர்களை வதை செய்ய வேண்டும். அதற்காக ராம லட்சுமணர்களை அனுப்பவும். அதனால் உனக்கு லாபம் உண்டாகும்" என்று சொன்னார்.

தசரதன் உடனே "முனிவரே நீர் எல்லாம் தெரிந்தவர். பல ஆண்டுகள் குழந்தையில்லாமல் வேள்வி செய்து நான்கு புதல்வர்களைப் பெற்றிருக்கிறேன். ராமனைப பிரிய எனக்கு மனம் இல்லை. அவனைப் பிரிந்தால் என்னால் உயிருடன் இருக்க முடியாது. உமது கோபத்தையும் என்னால் தாங்க முடியாது, நீங்களே முடிவு செய்யுங்கள்" என்றான்.

இந்த நேரத்தில் வசிட்டர் தசரதனைப் பார்த்துப் பேச ஆரம்பித்தார். "மன்னா ராமன் சாதாரண மனுஷன் அல்லன்; விஷ்ணுவின் அவதாரம். நீ முற்பிறவியில் காசி அரசனாக இருந்தாய். அப்போது நீ எனக்கு விஷ்ணு மகனாகப் பிறக்க வேண்டும் என வேண்டினாய்.

உன் வேண்டுதல் பலித்தது. இதே நேரத்தில் தேவ உலகில் இருந்த அதிதி தேவியானவளும் (பின்னர் கோசலை) தன் வயிற்றில் விஷ்ணு பிறக்க வேண்டினாள். இதன்படி ராமன் பிறந்திருக்கிறான். ஆதிசேஷன் லட்சுமணனாகப் பிறந்திருக்கிறான். சங்கு சக்கர ஆயுதங்களின் அம்சமாக

பரத சத்துருக்கனர்கள் பிறந்துள்ளனர். ஜனகனின் மகளாக யோகமாயை (சீதை) பிறந்துள்ளாள். ராமனையும் சீதையையும் ஒன்றாக இணைப்பதற்குத்தான் விசுவாமித்திரர் வந்திருக்கிறார். அதனால் இவருடன் ராம லட்சுமணர்களை அனுப்பலாம் தசரதனே" என்றார்.

தசரதன் மனம் தெளிந்தான். ராம லட்சுமணர்களை அழைத்தான். விசுவாமித்திரரிடம் ஒப்படைத்தான். சகோதரர்கள் இருவரும் ஆயுதங்களுடன் சென்றனர். முனிவர் அவர்களுக்கு அபூர்வமான மந்திரங்களை ஓதினார். அதனால் அவர்களைப் பசி தாகம் சோர்வு நெருங்கவில்லை. மூவரும் தாடகை இருக்கும் இடம் வந்தனர்.

முனிவர் பாலகர்களிடம், "தாடகை தன் உருவத்தை மாற்றிக்கொள்ளும் திறன் படைத்தவள். இவளை விசாரணை செய்யாமல் கொன்றுவிடலாம்" என்றார். இந்த நேரத்தில் தாடகை வந்தாள். ராமன் அவளது மார்பில் பாணம் செலுத்தினான். அவள் அலறியபடி மண்ணில் சாய்ந்தாள்.

தாடகை இப்போது அழகிய யட்சிணியாக மாறிக் கிடந்தாள். ராமனை வலம் வந்தாள். சாப விமோசனம் அடைந்ததாகக் கூறினாள். விசுவாமித்திரர் ராமனுக்குச் சக்தி வாய்ந்த ஆயுதங்களைக் கையாளுவதற்குரிய மந்திரங்களைச் சொல்லிக் கொடுத்தார்.

5. அகலிகை விமோசனம்

தாடகை வதை முடிந்த பின்பு ராம லட்சுமணர், விசுவாமித்திரர் ஆகிய மூவரும் சித்தாசிரமம் வந்தனர். அங்கே வாழ்ந்த முனிவர்கள் ராமனை வணங்கினர். ராமன் விசுவாமித்திரரிடம் "நீங்கள் வேள்வி நடத்தலாம். நான் அரக்கர்கள் வந்தால் உங்களைப் பாதுகாக்கிறேன்" என்றான்.

வேள்வி ஆரம்பித்ததும் சுபாகு, மாரீசன் என இரு அரக்கர்களும் வந்தனர். ராமன் வில்லை வளைத்துப் புனிதமான மந்திரத்தை ஓதி அம்பைச் செலுத்தினான். ஒரு பாணம் மாரீசனைக் கடலில் தள்ளியது. இன்னொரு பாணம் சுபாகுவை எரித்தது. தேவர்கள் ராமன்மேல் மலர் சொரிந்தனர்.

அரக்கர் வதை முடிந்த நான்காம் நாளில் விசுவாமித்திரர், "ராமா! விதேச வம்சத்தைச் சார்ந்த ஜனகன் என்ற அரசன் மிதிலையில் ஆட்சி செய்கிறான். அவனிடம் பரமசிவன் கொடுத்த வில் ஒன்று உள்ளது. அந்த அதிசய வில்லைப் பார்க்கப் போகலாம் வா" என்றார். ராமன் முனிவருடன் சென்றான்.

மூவரும் நடந்தனர்; வழியில் கவுதம முனிவரின் ஆசிரமத்தைப் பார்த்தனர். முனிவர் கவுதமரின் வரலாற்றைச் சொன்னார்."கவுதமர் பிரம்மச்சரிய விரதம் இருந்து அபூர்வமான சக்தி பெற்றார். விஷ்ணு அவருக்குப் பேரழகியான அகலிகை என்னும் பெண்ணை மணம் செய்து வைத்தார். அகலிகையுடன் இந்த ஆசிரமத்தில் வாழ்ந்து வந்தார் கவுதமர்.

ஒருமுறை அகலிகையின் மேல் இந்திரன் ஆசைப்பட்டான். அவளைப் பெண்டாள விரும்பினான். ஒருநாள் அதிகாலையில் கவுதமர் நதிக்கரைக்குச் சென்ற போது, இந்திரன் கவுதமரைப் போல் உருமாறி அகலிகையிடம் சென்றான். அவளைப் புணர்ந்து ஆசையைத் தீர்த்துக்கொண்டான்.

இந்திரன் ஆசிரமத்திலிருந்து திரும்பும்போது கவுதமர் பார்த்தார். தன் உருவில் இருந்த இந்திரனைக் கண்டார்; அவருக்குப் புரிந்தது. 'ஒரு பெண் உறுப்புக்கு ஆசைப்பட்டாய்; உன் உடலெங்கும் பெண் உறுப்பைப் பெற்று அவமானப்படுவாய்' என்று சாபமிட்டார்.

கவுதமர் அகலிகையைப் பார்த்து நீ கல்லாக மாறி ஆயிரம் ஆண்டுகள் கிடப்பாய் எனச் சாபமிட்டார். அவரே சாப விமோசனமும் கொடுத்தார். ராமன் லட்சுமணனுடன் இந்த ஆசிரமத்துக்கு வரும்போது பழைய உருவை நீ பெறுவாய் என்றார்.

இப்போது ராமன் அவளது கற்சிலை அருகே வந்தான். அதைத் தொட்டான்; கல் அகலிகையாக மாறியது. அகலிகை ராமனைப் பலவாறு போற்றினாள்; பின் கவுதமரிடம் சென்றாள்.

6. ராமன் வில்லொடித்தல்

விசுவாமித்திரர் ராமனிடம், "குழந்தாய் நாம் இனி ஜனகனின் மிதிலை நகருக்குச் செல்லுவோம். அங்கே வேள்வி நடக்கிறது. அதைப் பார்த்துவிட்டு அயோத்திக்குத் திரும்பலாம்" என்றார்.

அவர்கள் காட்டுவழி நடந்து மிதிலையை அடைந்தனர். விசுவாமித்திரரைக் கண்ட ஜனகன் மகிழ்ந்தான். முனிவரை வணங்கினான். ராம லட்சுமணர்களைப் பார்த்து, "இவர்கள் யாவர்" எனக் கேட்டான்.

விசுவாமித்திரர் "அரசே, இவர்கள் இருவரும் அயோத்தி அரசன் தசரதனின் மக்கள். ராமன் லட்சுமணன் எனப் பெயர் கொண்டவர்கள். என் வேள்விக்கு இடையூறாக இருந்த தாடகை, மாரீசன், சுபாகுவை அழித்தவர்கள். கவுதமரின் மனைவி அகலிகைக்கு விமோசனம் கொடுத்தவன் ராமன். இப்போது உன் பாதுகாப்பில் இருக்கும் பரமசிவனின் வில்லைக் காண ராமன் விருப்பப்படுகிறான்" என்றார்.

அத்யாத்ம ராமாயணம்

உடனே ஜனகன் அதிசய வில்லைக் கொண்டுவர மந்திரிக்கு ஆணையிட்டான். 5000 மல்யுத்த வீரர்கள் வில்லைக் கொண்டு வந்து ராமன் முன் வைத்தனர். ராமன் தன் இடுப்புப் பட்டியை இறுக்கிக் கட்டிக்கொண்டான். அந்த வில்லை இடது கையால் எடுத்து நிறுத்தினான். வளைத்து நாணேற்ற ஆரம்பித்தான். வில் ஒடிந்தது. அதன் ஓசை எட்டுத் திக்கும் கேட்டது.

இந்தக் காட்சியைப் பார்த்தவர்கள் எல்லோரும் ஆச்சரியப் பட்டனர். ஜனகன், ராமனை அணைத்துக்கொண்டான். சீதையை அழைத்துவந்தான். அவள் வெட்கத்துடன் ராமனின் கழுத்தில் பொன்மாலையைப் போட்டாள். தசரதனுக்குச் செய்தி அனுப்பினான். திருமண ஏற்பாடுகள் நடந்தன.

எல்லோரும் வந்தனர். வசிட்டர் மனைவியுடன் வந்தார்; அவருடன் தசரதனின் மூன்று மனைவிகளும் வந்தனர். தசரதன் தனியாகத் தேரில் வந்தான். நல்ல நாளில் ராமனுக்கும் சீதைக்கும் திருமணம் நடந்தது.

அதே நாளில் ஜனகன் தன் சொந்த மகளான ஊர்மிளையை லட்சுமணனுக்கும் தம்பி குஜத்துவனின் மக்கள் மாண்டவியைப் பரதனுக்கும் சுரதகீர்த்தியைச் சத்துருக்கனுக்கும் மணமுடித்து வைத்தார்.

திருமணம் முடிந்ததும் எல்லோரும் ஓய்வாக இருந்த போது ஜனகன் சீதை பிறந்த வரலாற்றைக் கூறினான்.

"ஒருமுறை யாக பூமியைக் கலப்பையால் உழுதேன். அப்போது சீதை கிடைத்தாள். அவளை வளர்த்தேன். ஒருநாள் நாரதர் வந்தார். அவர் தசரதனுக்கு ராமன் என்ற மகன் பிறந்திருக்கிறான். அவன் விஷ்ணுவின் அம்சம். உமது மகள் சீதையோ யோகமாயையின் அம்சம். நீ சீதையை ராமனுக்கு மட்டுமே கொடுக்க வேண்டும் என்றார்.

முனிவர்களே, என் முன்னோர்களிடம் ஒரு வில் இருந்தது. பரமசிவன் முப்புரம் எரித்த போது வளைத்த வில் அது. இதை என் தந்தை பூஜித்தார். அவர் அதை என்னிடம் தந்தார். இந்த வில்லை யார் தூக்கி வளைக்கிறானோ அவனே சீதையின் மணாளன் எனத் தீர்மானித்தேன். இப்போது என் ஆசை நிறைவேறிவிட்டது" என்று பேசி முடித்தான்.

ராமனும் சீதையும் ஆசனத்தில் அமர்ந்திருப்பதைப் பார்த்த ஜனகன் "ராமா நீ விஷ்ணுவின் அவதாரம்; அகலிகைக்கு நீ விமோசனம் கொடுத்தவன். தேவர்கள் உன் பெயரைச் சொல்லி மகிழ்கிறார்கள். உன்னிடம் சரணடைகிறேன்" என்றான்.

சீதைக்கும் அவளது தங்கைகளுக்கும் நிறைய சீரும் சிறப்பும் செய்தான் ஜனகன். குதிரைகள், யானைகள், பல்லக்குகள், தாசிகள்

எல்லாம் கொடுத்தான். தசரதன் விடைபெற்றான். நால்வரும் மனைவிகளுடன் அயோத்திக்குப் பயணமாயினர்.

7. பரசுராமர் வந்தார்

தசரதன் ராமன் முதலியோர் மிதிலையைக் கடந்து பயணம் செல்லும்போது புயல்போல் காற்று வீசியது. கோரமான சப்தம் கேட்டது. அபசகுன அடையாளங்கள் தோன்றின. தசரதன் வசிட்டரைப் பணிந்து, "இங்கு ஏதோ நடக்கப் போகிறது. பயமாக இருக்கிறது" என்றான். வசிட்டர், "கவலைப்படாதே; முடிவு நன்றாக இருக்கும்" என்றார்.

இப்படி இவர்கள் பேசிக்கொண்டிருக்கும்போது ஜமதக்கினி முனிவரின் மகன் பரசுராமர் வந்தார். இவர் அரச வம்சத்தைச் சார்ந்தவர்களுக்கு எதிரானவர். அவர்களுக்கு எமன் போன்றவர்.

தசரதனுக்கு அவரைப் பற்றி நன்கு தெரியும். அவர் காலில் விழுந்தார். "சுவாமி, என் மகனை ஒன்றும் செய்துவிடாதீர். அவன் இப்போதுதான் மணமுடித்து வருகிறான்" என்றார். பரசுராமன் தசரதனை ஒதுக்கிவிட்டு ராமனிடம் பேச ஆரம்பித்தார்.

"ராமனே நீ உண்மையான அரசு வம்சத்தைச் சேர்ந்தவனாக இருந்தால் என்னுடைய வில்லை நாணேற்று; நீ ஜனகரின் பழைய வில்லை உடைத்ததால் ஆணவம் கொண்டாயா? என் வில்லை நாணேற்றிவிட்டால் நான் உன்னிடம் சண்டை செய்யத் தயாராக இருக்கிறேன். என்ன சொல்லுகிறாய் ராமா" எனக் கேட்டார்.

ராமன் புன்முறுவலுடன் பரசுராமனைப் பார்த்தான். அவரது கையிலிருந்த வில்லை வாங்கினான். வளைத்து நாண் ஏற்றினான். நாணை இழுத்துப் பிடித்தான். "ஓய் பிராமணரே, இந்தப் பாணம் வீணாகாது, நீரே முடிவு செய்யும். உம்மை அழிக்க நான் தயங்க மாட்டேன். பதில் சொல்லும்" என்றான்.

பரசுராமருக்கு ராமன் யார் என்று புரிந்துவிட்டது. "ராமா நீரே பரமேஸ்வரன்; மகாவிஷ்ணு; நான் இதுவரை பெற்ற புண்ணியங்களை உமக்குக் காணிக்கை ஆக்குகிறேன்" என்றார்.

பரசுராமன் சோர்வுடன் விடைபெற்றார். பயந்து ஒதுங்கி இருந்த தசரதன் மெல்ல ராமனிடம் வந்தான். ராமனைக் கட்டிக் கொண்டான். எல்லோரும் அயோத்தி சென்றனர். பரதனின் மாமா யுதாஜித் பரதனைத் தன் நாட்டிற்கு அழைத்துச் சென்றார்.

2

அயோத்தி காண்டம்

1. நாரதர் வந்தார்

பார்வதி பரமசிவனிடம், "என் தேவனே, சீதையுடன் அயோத்திக்குச் சென்ற ராமன் என்ன செய்தான் என்பதை விரிவாகக் கூறுவீர்" என்றாள்.

நீலகண்டன் உமாதேவியைப் பார்த்துப் பேச ஆரம்பித்தார். "எனக்குப் பிடித்தமானவளே. கேள் ராமன் அயோத்தியில் மகிழ்ச்சியுடன் வாழ்ந்து கொண்டிருக்கும் சமயம் நாரதர் வந்தார். ராமன் அவருக்குப் பலவாறு உபசாரம் செய்தான். நாரதர் பேச ஆரம்பித்தார்.

"ராமனே நீர் யார் என்பதை அறிவேன். உம்மை நான் வாழ்த்துவது வெட்கத்தைத் தரும். என்றாலும் சொல்லுகிறேன். விஷ்ணுவின் கொப்புளில் உதித்த தாமரை மலரில் பிறந்தவன் பிரம்மா. நான் அவன் மகன். அப்படியானால் நான் உனக்குப் பேரன் முறை. ஆகவே நான் சொல்லுகிறேன்; என்னை நீ காப்பாற்றுவாய்" என்றார்.

ராமன் மவுனமாக இருந்தான். நாரதர் மேலும் பேசினார், "ராமா பிரம்மதேவர் என்னை அனுப்பினார். தசரதன் உனக்கு முடிசூட்ட வேண்டும் என்னும் ஆசையுடன் அதற்கான காரியங்களைச் செய்வதை அறிவேன். நீ மூத்த மகன்; இது முறைப்படியானது என்ற நியாயம் சொல்லப்படலாம். நீ இந்த தேசத்தின் அரசனாகி விட்டால் இவ்வுலகில் வந்த நோக்கம் நின்றுவிடும். அப்புறம் ராவணனை யார் வதை செய்வார்கள்? இதை உனக்கு நினைவுபடுத்தச் சொல்லுகிறேன்" என்றார்.

நாரதர் பேசியதைக் கேட்ட ராமன் மெல்லிய புன்னகை யுடன் பதில் சொன்னான். நாரதரே "நான் செய்த சூளுரையை நிறைவேற்றுவேன். பூமிக்குப் பாரமான அரக்கர்களை அழிப்பேன். இதற்காகவே காட்டிற்குச் செல்லுவேன். முனிவர்களுடன் 14 வருஷம் கழிப்பேன். ராவணன் சீதையைக் கவர்ந்து செல்லுவான். இதன் காரணமாக அவனது உறவினர்களை அழிப்பேன். இது உறுதி" என்றான். நாரதர் "அப்படியானால் நான் வந்த காரியம் முடிந்தது" என்றார். நாரதர் ராமனை வலம் செய்து வணங்கி விட்டு ஆகாயம் வழி சென்றார்.

2. மந்திரையின் சூழ்ச்சி

தசரதன் அயோத்தியில் மகிழ்ச்சியுடன் ஆட்சி செய்தபோது ஒரு யோசனை தோன்றியது. தன் குலகுரு வசிட்டரை அழைத்தான். அவர் வந்தார். தசரதன் அவரிடம் நீண்ட பீடிகையுடன் பேச ஆரம்பித்தான்.

"முனிவரே நான் 60,000 வருடங்கள் ஆட்சி செய்து விட்டேன்; இப்போதெல்லாம் தடுமாறுகிறேன். நாட்டின் பொறுப்பைச் சரியாக நடத்த முடியவில்லை. அதனால் என் மூத்த மகன் ராமனுக்கு முடிசூட்ட விரும்புகிறேன்.

ராமன் வேதங்களை அறிந்தவன். வில்வித்தையில் கரை கண்டவன். மக்களிடம் எளியவனாய் பழகுகிறான். பரதனும் சத்துருக்கனும் அவர்களின் மாமா வீட்டில் உள்ளனர். அவர்கள் வருவது வரை முடிசூட்டு விழாவிற்குக் காத்திருக்க வேண்டிய அவசியமில்லை. மந்திரிகளின் உதவியுடன் விழாவை விரைவில் முடிக்க வேண்டும்" என்றான்.

தசரதன் தன் மந்திரி சுமந்திரனை அழைத்தான். "...ராமனுக்கு உடனே முடிசூட்ட வேண்டும். வசிட்டரிடம் விபரமாய் பேசிவிட்டேன். நகரை அலங்கரிப்பது; முக்கியமானவர்களை அழைப்பது போன்ற ஏற்பாடுகளைச் செய்வாய்" என்றான்.

சுமந்திரன் அரசனின் ஆணையை நிறைவேற்ற ஆயுத்தமா னான். பணியாளர்களை அழைத்தான். நகரை அலங்கரிக்கச் சொன்னான். முக்கியமானவர்களுக்குச் செய்தி சொல்லத் தூதர்களை ஏவினான். முடிசூட்டுவதற்குத் தேவையான பொருட் களைச் சேகரிக்கக் கட்டளையிட்டான். பிராமணர்களுக்கும் ஏழைகளுக்கும் உணவு வழங்க ஏற்பாடு செய்தான்.

வசிட்டர் ராமனிடம் சென்றார். "ராமா உன்னைப் பற்றிய ரகசியம் எனக்குத் தெரியும். அதனால் கூறுகிறேன்; நாளை உனக்கு முடிசூட்டு விழா. தசரதன் முடிவு செய்துவிட்டான்.

அத்யாத்ம ராமாயணம்

ஏற்பாடுகள் நடந்துகொண்டிருக்கின்றன. ஆனால் இந்த விழா நடக்கப்போவதில்லை. நீ கானகம் செல்லப்போகிறாய். இதை யாரிடமும் சொல்லிவிடாதே" என்றார்.

ராமனுக்கு முடிசூட்டு விழா என்னும் செய்தியைக் கோசலை அறிந்ததும் தேவியின் கோவிலுக்குப் போனாள். பூசித்தாள். "தேவி தசரதன் சத்தியம் தவறாதவன்; தான் கொடுத்த வாக்கை மீறாதவன்; கைகேயிடம் பெருவிருப்பம் உடையவன்; காமம் உடையவன்; என்ன செய்யப் போகிறானோ என்று தெரியவில்லை. தேவி என்னைக் காப்பாற்று" என வேண்டுகிறாள்.

இது இப்படி இருக்க தேவர்கள் பிரம்மனிடம் சென்றனர். "நாளைக்கு அயோத்தியில் ராமனுக்கு முடிசூட்டுவிழா, ராமன் அரசனாகிவிட்டால் இராவண வதம் நடக்காதே. சூழ்ச்சிசெய்து முடிசூட்டு விழாவை தடுக்க வேண்டும். இதற்கு சரஸ்வதி உதவ வேண்டும்" என்றனர். பிரம்மா "என்ன உதவி" எனக் கேட்டார்.

தேவர்கள் சொல்கின்றனர். "மகாபலியின் வம்சத்தில் வந்த மந்தரை என்பவள் கைகேயின் அந்தப்புரத்தில் இருக்கிறாள். இவளது உடல் வளைந்திருப்பதால் கூனி என அழைக்கப் படுகிறாள். இவளது மனதில் சரஸ்வதி புகுந்து ராமன் 14 வருடங்கள் காட்டுக்குச் செல்ல வேண்டும்; பரதன் நாடாள வேண்டும் எனக் கைகேயிடம் சொல்ல வைக்க வேண்டும். கூனி சாதித்துவிடுவாள். எங்கள் திட்டம் இதுதான்" என்றார்கள்.

பிரம்மா உலகமாதாவிடம் "நீ தேவர்களுக்கு உதவ இந்தக் காரியத்தைச் செய்வாய்" என்றார். அன்னை மந்தரையின் உடலில் புகுந்தாள். அப்போது மந்தரை கைகேயியின் அரண்மனை உப்பரிகையில் நின்றுகொண்டிருந்தாள்.

நகரம் விழாக்கோலத்துடன் இருப்பது ஏன் என்று அவளுக்குப் புரியவில்லை; ராமனை வளர்த்த தாத்தி என்னும் பெண்ணிடம் கேட்டாள். அவள் ராமனுக்கு நடக்க இருக்கும் முடிசூட்டு விழா பற்றிச் சொன்னாள்.

சரஸ்வதியின் சக்தியால் மனம் மாறிய மந்தரை கைகேயிடம் போனாள். நீண்ட கண்களை உடையவளும் எப்போதும் ஒப்பனையுடனும் இருக்கும் கைகேயி அப்போது உறக்கக் கலக்கத்தில் இருந்தாள். அவளிடம் கூனி "ஆதரவற்றவளே, இப்போது உறங்குகிறாயே. உனக்கு வந்த துன்பத்தை அறிய மாட்டாயா? உன்னிடம் அன்புடையவன், காமமுடையவன் என்று நீ எண்ணிக்கொண்டிருக்கும் தசரதன் நாளை ராமனுக்கு முடிசூட்டப் போகிறான். உனக்குத் தெரியாதா?" என்று கேட்டாள்.

கைகேயிக்கு மகிழ்ச்சி தாங்கவில்லை. தேவர்கள் அணியும் விலை மதிப்பற்ற தன் கால் தண்டையைக் கூனிக்குக் கொடுத்தாள். "நல்ல சேதியைச் சொன்னாய் கூனி" என்றாள். கூனி அதைக் காதில் வாங்காமல் துக்கத்தோடு இருந்தாள். கைகேயிக்கு அவளின் செய்கை புரியவில்லை; காரணம் கேட்டாள்.

கூனி நிதானமாகப் பேச ஆரம்பித்தாள். "கைகேயி! தசரதன் உன்னிடம் அன்பாக இருக்கிறான் என நினைக்கிறாய். ஆனால் இப்போது கோசலைக்கு நன்மை செய்திருக்கிறான். ராமனுக்கு முடிசூட்டினால் கோசலைக்கு அதிகாரம் வந்துவிடும். ராமனை ஒட்டி வாழும் லட்சுமணனுக்கு லாபம். உன் நிலை என்ன? பரதன் பரதேசி ஆவானே" என்றாள்.

இந்த நேரத்தில் சரஸ்வதி கைகேயியின் மனதில் புகுந்தாள். அவள் மனம் மாறியது. "மந்தரையே நான் ராமனுக்கு முடிசூட்டுதலை எப்படி நிறுத்த முடியும்? பரதனுக்கு ஆட்சியை எப்படிக் கொடுக்க முடியும்?" எனக் கேட்டாள்.

கூனி முகம் மலர்ந்தது "அப்படிக் கேளு! ஒரு முறை தசரதன் உனக்கு இரண்டு வரங்கள் தந்தான். ஆனால் அவற்றை நீ பயன்படுத்தவில்லை. இப்போது கேள். ஒரு வரத்தால் ராமன் 14 வருஷங்கள் காட்டிற்குச் செல்லவேண்டும்; மறுவரத்தால் பரதன் முடிசூட வேண்டும்;" என்றாள்

மேலும் கூனி பேசினாள் "அரசியே, தசரதன் உன்னைப் பார்க்க வருவான், நீ ஒப்பனையைக் கலைத்துவிடு; ஆடை நெகிழ்ந்தபடி கிட; கோபமாய் பேசு; விட்டுக் கொடுக்காதே" என்றாள். கைகேயி மனம் திரிந்தாள். "நீ சொன்னபடி செய்வேன். பரதனுக்கு நாடு கிடைத்தால் உனக்கு 100 கிராமங்கள் தருகிறேன்" என்றாள்.

3. இரண்டு வரங்கள்

ராமனின் முடிசூட்டு விழாவிற்கான ஏற்பாடுகள் நடந்து கொண்டிருந்தன. தசரதன் மகிழ்ச்சியில் திளைத்தான். அவனுக்குக் கைகேயியின் நினைவு வந்தது. இதுவரை தன்னை அவள் பார்க்க வரவில்லையே என்று யோசித்தான். பணிப்பெண்களிடம் கேட்டான். அவர்கள் "கைகேயி தேவி பெரும் கோபத்தில் இருக்கிறாள். அலங்கோலமாகக் கிடக்கிறாள்" என்றார்கள்.

தசரதனுக்குச் சந்தேகம் வந்தது. இயல்பாகவே கெட்ட குணமுடைய மந்தரை அவள் மனத்தைத் திரித்துவிட்டதால் இந்தக் காரியம் நடந்ததா என்று யோசித்தான். அவளை நேரில் சந்திப்பது நல்லது என்று முடிவு செய்தான்.

கைகேயி அழுக்கு ஆடையுடன் வெறுந்தரையில் கிடந்தாள்; சிதறிய அணிகலன்கள்; அழுத கண்ணீர்; தலைவிரி கோலம்; பார்த்தான் தசரதன். அவள் அருகே அமர்ந்தான். கைகளால் அவளைத் தூக்கினான். என்ன நடந்தது எனக் கேட்டான். அவள் பதில் பேசவில்லை. "ராமன் மீது ஆணை; உனக்கு என்ன வேண்டும்" எனக் கேட்டான்.

கைகேயி நிமிர்ந்து உட்கார்ந்தாள். "அரசர்களுக்கெல்லாம் தலைவனே... முன்பு ஒருமுறை தேவர்களுக்கும் அசுரர்களுக்கும் சண்டை நடந்தபோது நான் தேரை ஓட்டி உனக்கு உதவி செய்தேன். அப்போது எனக்கு இரண்டு வாக்குறுதிகளைத் தந்தீர். அதை நிறைவேற்ற வேண்டும்; ஒன்றினால் பரதனுக்கு முடிசூட்ட வேண்டும்; இன்னொன்றினால் ராமன் 14 ஆண்டுகள் காட்டில் இருக்க வேண்டும். இதை நிறைவேற்று; இல்லை என்றால் உயிரை மாய்ப்பேன்; நீ சத்தியந்தன் என்ற பெயரை இழந்துவிடுவாய்" என்றாள்.

கைகேயி பேசியதை எல்லாம் கேட்டான் தசரதன். மத்துபட்ட தயிர் போல் ஆனான்; நினைவிழந்தான்; தெளிந்து எழுந்தான். பெண் புலிபோல் நின்ற கைகேயியிடம், "இதுவரை மங்களகரமான செய்கைகளை மட்டும்தானே செய்துவந்தாய். என் பழைய வாக்குறுதியை நிறைவேற்றினால் நான் இறந்து விடுவேனே" என்றான்.

இரக்கமில்லாத கைகேயி "ராமன் நாளை வனம் போக வேண்டும். இல்லை என்றால் உனக்குப் பழி வரும் செயலைச் செய்வேன்" என்றாள். தசரதன் பேசிப்பேசி அலுத்துக் கடைசியில் பரதனுக்கு நாட்டைக் கொடுக்கிறேன். நாளையே முடிசூட்டுகிறேன். ராமன் என்னுடன் இருக்கட்டும்" என்றான். கைகேயியோ "ராமன் காட்டுக்குப் போகவில்லையானால் உயிரைவிடுவேன்" என்றாள்.

இப்படியாக தசரதன் இங்கு இருந்தபோது ராமனின் முடிசூட்டு விழாவைக் காண முனிவர்களும் பிராமணர்களும் சாரை சாரையாய் வந்துகொண்டிருந்தனர். பண்டிதர்கள் குடும்பத்துடன் வந்தனர். இந்த நேரத்தில் தசரதனைத் தேடினான் சுமந்திரன்; கைகேயியின் வீட்டிற்குச் சென்றதாகப் பணிப் பெண்கள் கூறினர்.

சுமந்திரன் கைகேயியின் வீட்டிற்குச் சென்றான். தசரதன் சோர்வுடன் நிலைகுறைந்து கிடந்ததைப் பார்த்தான். கைகேயி சுமந்திரனிடம் பேசினாள், "சுமந்திரா, அரசன் இரவு முழுதும் தூங்கவில்லை; ராமனைப் பார்க்க வேண்டுமாம். உடனே

அழைத்துவா" என்றாள். சுமந்திரன் தயக்கத்துடன் தசரதனைப் பார்த்தான். தசரதன் "ராமனை வரச்சொல்" என்றான்.

சுமந்திரனுக்கு, ஏதோ விபரீதம் நடந்துவிட்டது என்பது புரிந்தது. ராமனை அழைத்தான்; ராமனிடம் கைகேயியே பேசினாள், "ராமா உன் தந்தைக்குச் சத்தியத்தைக் காப்பாற்ற வேண்டிய நிலை. அதனால் தவிக்கிறார். நீ நினைத்தால் அவரது துன்பத்தைப் போக்கலாம்" என்றாள்.

ராமனுக்கு அவள் பேசுவது புரிந்தது; நடக்கப்போவது தெரியும் என்றாலும் தெரியாதது போல் நடித்தான். "என் தந்தையின் வாக்கை நிறைவேற்ற எதுவும் செய்வேன்; தந்தை மீது ஆணை" என்றான்.

கைகேயி இப்போது நிதானமாகிவிட்டாள். பேச ஆரம்பித்தாள். எல்லாவற்றையும் விரிவாகச் சொல்லிவிட்டாள். ராமன் பதில் சொல்ல ஆரம்பித்தான். "பரதனே நாட்டை ஆளட்டும்; நான் கானகம் செல்லுகிறேன்; ஆனால் இதை என் தந்தை என்னிடம் சொல்லவில்லை" என்றான். அப்போது தசரதன் "ராமா, நீ உன் வில் வலிமையால் இந்த நாட்டைப் பெற்றுக் கொள்ள முடியும். இது பாவமும் இல்லை. அப்படி நீ செய்தால் நான் சத்தியத்திலிருந்து தவறாதவன் ஆவேன்" என்றான்.

ராமன் மவுனமாகச் சிரித்தான் "தந்தையே; நீர் துக்கப்பட வேண்டாம். என் தம்பி நாட்டை ஆளட்டும். உமது வாக்கு நிறைவேறட்டும். நாட்டை ஆளுவதைவிடக் காட்டில் முனிவர்களுடன் வாழ்வது எனக்கு இனிமையானது. கைகேயியும் திருப்தி அடைவாள். நான் கோசலை அம்மாவிடம் இச்செய்தியைச் சொல்லுகிறேன். சீதையுடன் மறுபடியும் இங்கு வருகிறேன்" என்றான்.

ராமன் லட்சுமணனைச் சந்தித்தான். விஷயத்தைச் சொன்னான். இருவரும் கோசலையின் அரண்மனைக்குப் போனார்கள். அப்போது அவள் பிராமணர்களுக்குத் தானம் செய்துகொண்டிருந்தாள். ராமன் வந்ததை அவள் கவனிக்க வில்லை.

4. லட்சுமணனின் ஆவேசம்

தாதி ஒருத்தி கோசலையைப் பார்த்து ராமனின் வரவை மெல்லச் சொன்னாள். கோசலை மகனைக் கண்டு பூரித்து எழுந்து நின்றாள். அவன் முதுகைத் தடவிக் கொடுத்தாள். தழுவினாள். ராமன் "அம்மா ஒரு செய்தி. பரதன் முடிசூடப்போகிறான்;

அத்யாத்ம ராமாயணம்

நான் 14 வருஷங்கள் காட்டுக்குப் போக வேண்டும். சிற்றன்னை கைகேயிக்குக் கொடுத்த வாக்கை நிறைவேற்ற அப்பா இப்படிச் சொன்னார். துக்கப்பட வேண்டாம் அம்மா" என்றான்.

கோசலைக்குப் பேச்சு வரவில்லை. ராமனின் இரண்டு கைகளையும் பிடித்துக்கொண்டாள். "மகனே கைகேயிக்கு உள்ள உரிமை எனக்கும் உண்டு. தசரதனிடம் நான் கேட்கிறேன். இந்த நாட்டை பரதன் ஆளட்டும். பொன் பொருளை எல்லாம் கைகேயி எடுத்துக்கொள்ளட்டும். நான் உன்னுடன் காட்டுக்கு வருகிறேன்" என்றாள்.

ராமன் கோசலையை இரு கைகளால் தாங்கிக்கொண்டான். "அம்மா கர்ம மார்க்கத்தைப் பின்பற்றுபவன் வேறு இடத்தில் வாசம் செய்வது சகஜம். 14 வருஷங்கள் நொடிப்பொழுதில் போய்விடும். துக்கத்தை விடுங்கள். விடைதாருங்கள்" என்றான். அவள் பாதங்களைத் தொட்டு வணங்கினான்.

கோசலையின் அரண்மனையை விட்டு வரும்போது லட்சுமணன் ராமனிடம் பெருங்கோபத்துடன் பேச ஆரம்பித்தான். "அண்ணா இந்த மன்னனுக்கு மனவியாதி வந்துவிட்டது. புத்தியைத் தவறவிட்டார். நான் பரதனையும் கைகேயியையும் அழித்துவிடுகிறேன். தசரதனைக் கட்டிப் போடுகிறேன். உனக்கு முடிசூட்டுவேன்" என்றான்.

ராமன் தன் நீண்ட கைகளால் அவனை அணைத்துக் கொண்டு "நீ பெருவீரன்; எனக்காக எதையும் செய்வாய்; அறிவேன்; தம்பி இந்தப் பிரபஞ்சமும் அயோத்தியும் நிலையானதல்ல. பாம்பின் வாயில் அகப்பட்ட தவளை நாக்கை நீட்டிக் காட்டி ஈக்களை விழுங்குவது போலவே மனிதன் சில காரியங்களைச் செய்துகொண்டிருக்கிறான். லட்சுமணா நீ பிறப்பு இறப்பு மூப்பு எல்லாம் பார்த்திருக்கிறாயே. இந்த உடல் ஆன்மா அல்ல. இது இரத்தம், சளி, மூத்திரம், மாமிசம் நிரம்பியது. தம்பி சரீரமே நான் என நினைப்பதால் இப்படிப் பேசுகிறாய்" என்றான்.

லட்சுமணனுக்குக் கண் திறந்தது. ராமனின் நீண்ட உரை அவனது மனதில் பதிந்தது. "அண்ணா நானும் உன்னுடன் காட்டிற்கு வருகிறேன்; ஊழியம் செய்வேன்" என்றான். ராமன் "சரி நீ வா" என்றான். இருவரும் சீதையின் இருப்பிடம் சென்றனர். கைகேயி சொன்ன செய்தியைச் சொன்னான் ராமன். சீதை "அப்படியானால் நானும் காட்டிற்கு வருகிறேன்" என்றாள். ராமனின் சமாதானப் பேச்சு எடுபடவில்லை. சீதையும் தன்னுடன் வரச் சம்மதித்தான்.

அ.கா. பெருமாள்

5. ராமன் விடைபெறுதல்

ராமன், சீதை, லட்சுமணன் மூவரும் கைகேயியின் அரண்மனைக்குச் சென்றனர். வழியில் நின்ற வீரர்களும் மக்களும் அழுதபடி நின்றனர். செய்தி எங்கும் பரவிவிட்டது. மக்கள் கைகேயியைப் பழித்தார்கள். அரக்கி எனக் கோஷமிட்டனர்.

இந்த நேரத்தில் மாமதேவர் என்ற முனிவர் வந்தார். "ஜனங்களே ராமனைப் பற்றிக் கவலைப்படாதீர்கள். ஒரு உண்மையைச் சொல்லுகிறேன் கேளுங்கள். இந்த ராமன் பரம்பொருள் விஷ்ணுவின் அம்சம்; ஜானகியோ லட்சுமியின் அம்சம்; லட்சுமணன் ஆதிகேசவனின் அம்சம்; ராமன் இப்போது வனத்திற்குப் போகக் கைகேயி காரணமல்ல. இது ராமனுக்குத் தெரியும். அவன் ராவண வதைக்காகப் போகிறான்" என்றார். ஆனால் முனிவரின் பேச்சை மக்கள் கேட்கவில்லை. கைகேயியை மேலும் பழித்தார்கள்.

இந்த நேரத்தில் ராமன் முதலான மூவரும் கைகேயியின் அரண்மனைக்குச் சென்றனர். ராமன் கைகேயியிடம் "அம்மா உன் விருப்பப்படி நான் வனம் செல்லப் போகிறேன்" என்றான். கைகேயி மூவருக்கும் மரவுரி கொடுத்தாள். சீதைக்கு அதை உடுத்திக்கொள்ளத் தெரியவில்லை. ராமன் உடுத்து விட்டான்.

இந்தக் காட்சியைப் பார்த்த வசிட்டர், "தீய செயல் புரியும் கைகேயியே! ராமனை மட்டும்தானே வனம் போகச் சொன்னாய். இப்போது மற்ற இருவருக்கும் ஏன் மரவுரி கொடுத்தாய்" எனக் கேட்டார். அவள் பதில் பேசவில்லை.

தசரதன் கைகளால் முகத்தை மூடிக்கொண்டு அழுதான். சுமந்திரன் தேருடன் வந்தான். சீதை தேரில் ஏறினாள். பின் லட்சுமணன், ராமன் தசரதனை வலம் வந்துவிட்டுத் தேரில் ஏறினான். அப்போது தசரதன் "சுமந்திரா நில் நில்" என்றான். ராமனோ "செல் செல்" என்றான். தேர் சென்றதும் தசரதன் பணிப்பெண்களிடம் "என்னைக் கோசலையின் வீட்டில் கொண்டுவிடுங்கள்; கொஞ்ச நேரமாவது உயிருடன் இருப்பேன்" என்றான்.

தேர் வீதிவழி சென்றது. ஜனங்களும் தேரின் பின்னே ஓடினார்கள். சுமந்தரனுக்குத் தர்ம சங்கடமாக இருந்தது. தேரை அயோத்தி நகரை நோக்கி ஓட்டுவதுபோல் போக்கு காட்டிவிட்டு வேகமாய் காட்டுக்குச் சென்றான். ஜனங்கள் ஏமாந்து திரும்பினார்கள்.

அத்யாத்ம ராமாயணம்

சுமந்திரன் வனத்தின் எல்லையில் தேரை நிறுத்தினான். மூவரும் இறங்கினர். ராமன் அந்த இடத்தில் ஓடிய கங்கையாற்றின் கரையில் நின்ற ஸிம்ஸுபா மரத்தின் அடியில் அமர்ந்தான். அப்போது சிருங்கிபேர நகரத்தின் அரசன் குகன் வந்தான்; ராமனை வணங்கினான், "ரகுகுல திலகனே என் நகரத்துக்கு வர வேண்டும்; பழங்களும் கிழங்குகளும் கொண்டு வந்திருக்கிறேன்" என்றான்.

ராமன் புன்முறுவலுடன் "குகனே, நீ அயோத்திக்கு உட்பட்ட குறுநில அரசன்; தசரதன் கட்டளைப்படி நான் உன் நகரத்தில் தங்குவது சரியல்ல" என்றான்.

6. வான்மீகியின் கதை

இலட்சுமணன் தயாரித்த தர்ப்பைப்புல் படுக்கையில் ராமன் படுத்துக் கிடப்பதைப் பார்த்த குகன் துக்கத்துடன், "பெரும் அரச குடும்பத்தில் பிறந்த இவனுக்கு இப்படி ஆயிற்றே" என்றான். லட்சுமணன் "குகனே துக்கமும் சுகமும் முன்வினையால் வருவது. இரண்டும் சமம். மாறிமாறி வருவது" என்றான்.

அடுத்த நாள் காலையில் ராமன் காலைக்கடன்களை முடித்துவிட்டு வந்தான். குகனிடம் "கங்கையைக் கடக்கத் தோணி கொண்டுவா" என்றான். குகன் லட்சணம் பொருந்திய தோணியைத் தானே ஓட்டி வந்தான். மூவரும் தோணியில் ஏறினார்கள். குகன் தன் சகாக்களுடன் ஏறினான். ஜானகி கங்கையைப் பார்த்து, "மந்தாகினி! வணக்கம். நாங்கள் மூவரும் கானகத்திலிருந்து திரும்பிவரும்போது மறுபடியும் உன்னை வணங்குகிறேன்" என்றாள்.

குகன் ராமனிடம், "நானும் உங்களுடன் வருவேன்; உங்களுக்குப் பாதுகாப்பு தருவேன்;" என்றான். ராமன் அவனைச் சமாதானப்படுத்தினான். "நீ அரசன்; உனக்குப் பொறுப்பு உள்ளது" என்றான். குகன் ராமனைக் கங்கையில் விட்டுச் சென்றான்.

மூவரும் காட்டு வழியில் தனியே நடந்தனர். அப்போது பிரம்மச்சாரி ஒருவர் வந்தார். ராமன் அவரிடம், "பிரம்மச்சாரியே பரத்வாச முனிவரின் ஆசிரமத்திற்குச் சென்று தசரத மைந்தர்கள் வருகிறார்கள் என்று சொல்ல முடியுமா?" என்று கேட்டான். அவர் ராமன் சொன்னபடி செய்தார்.

பரத்வாசர் ராமனை வரவேற்க வேகமாய் வந்தார். "இந்த வனம் உமது வரவால் புனிதமடைந்தது. ராமனே

உமது அவதார நோக்கத்தை என் ஞானபலத்தால் அறிந்து கொண்டேன். ரகுநந்தனே என் ஆசிரமத்துக்கு வர வேண்டும்" என்றார்.

மூவரும் பரத்வாசரின் ஆசிரமத்தில் தங்கினர். மறுநாள் யமுனை நதிக்கரைக்குச் சென்றனர். அந்த நதியைத் தெப்பம் வழியாகக் கடந்தனர்; பின் காட்டுவழி நடந்து சித்திர கூடத்தை அடைந்தனர். அங்கு பல வண்ணப் பறவைகளும் பூச்சிகளும் நிறைந்திருந்தன. மணமுள்ள மலர்கள் எங்கும் கிடந்தன. அங்கே முனிவர்கள் வாழ்ந்தனர்.

அந்தக் காட்டில்தான் வான்மீகி முனிவர் தங்கியிருந்தார். அவர் ராமனை இனம் கண்டு கட்டியணைத்தார். ராமன் "முனிவரே, நான் காட்டுக்கு வந்த காரணம் உமக்குத் தெரியும்; சீதையும் நானும் தங்க வேண்டும்; லட்சுமணன் உடன் இருப்பான். தகுதியான இடம் எது" எனக் கேட்டான்.

வான்மீகி பொதுவாகப் பேசினார். எல்லாவற்றையும் ஒன்றாகப் பார்க்கின்றவரும் சூது இல்லாமல் பாடுகின்றவர்களும் வாழத் தகுதியான இடம் யோகிகளின் மனது. உம்மை யார் எனக் கண்டு பூசிப்பவனின் இதயத்தில் நீர் இருக்கலாம். ராம நாமத்தைச் சொல்லித் துதிக்கின்றவர்களின் மனது உமக்குரிய இடம். இப்படியே ராமனின் பெருமையை சொல்லிக் கொண்டே போனார் வான்மீகி. பின்னர் தன் வரலாற்றைக் கூறினார்.

"நான் பிராமண குலத்தில் பிறந்தவன்; வேடர்களால் வளர்க்கப்பட்டவன். அவர்களின் வழக்கங்களையே மேற்கொண்டவன். இப்படியான நான் வேடர்க்குரிய திருட்டுத் தொழிலைச் செய்து வந்தேன். ஒருமுறை காட்டு வழிவந்த ஏழு முனிவர்களைக் கொள்ளையடிக்கப் போனபோது ஒருவர் என்னிடம் நீ ஏன் பாவப்பட்ட செயலைச் செய்கிறாய் எனக் கேட்டார். நான் என் மனைவி மக்களைக் காப்பாற்ற என்றேன்.

அந்த முனிவர்களில் இன்னொருவர், உன் பாவத்தில் மனைவி மக்களுக்கு பங்கு உண்டா எனக் கேட்டார். உண்டு என்றேன். அவர் அவர்களிடமே அதைக் கேட்டு வா என்றார். நானும் வீட்டிற்குச் சென்று கேட்டேன். மனைவி அதெப்படி உனக்குத்தான் பாவம் என்றாள். அதை அப்படியே முனிவரிடம் சொன்னேன்; அவர் 'மரா' என்று சொல்லிவா; ஞானம் கிடைக்கும் என்றார்.

நான் வெகுநாட்களாக மரா என்று சொல்லிவந்தேன். அது ராமா என ஆனது. என் உடம்பைச் சுற்றிப் புற்று வளர்ந்தது.

அத்யாத்ம ராமாயணம்

அப்போது பழைய முனிவர்கள் என்னிடம் வந்தனர். நீ வால்மீகி எனப்படுவாய் என்றனர்.

இந்தக் கதையைச் சொல்லிவிட்டு "ராமா நீ சித்திரக்கூட மலைக்கும் அதன் அருகே ஓடும் நதிக்கும் இடையில் ஆசிரமம் கட்டலாம்" என்றார். அவரே இரண்டு ஆசிரமங்களை ஏற்படுத்தினார். தென்திசையில் வாசலமைத்தார். ஆசிரமத்தில் ஒன்று ராமனுக்கும் சீதைக்கும்; இன்னொன்று லட்சுமணனுக்கு.

7. தசரதன் சொன்ன கதை

ராமனைக் கங்கைக் கரையில் விட்டு வந்த சுமந்திரனைப் பார்த்த தசரதன் கண் மூடியபடி விம்மினான். "சுமந்திரா, ராமன் கடைசியில் என்ன சொன்னான்" என்று கேட்டான். சுமந்திரன் இரு கைகளையும் கூப்பியபடி தசரதனைப் பார்த்துப் பேச ஆரம்பித்தான்.

"என் புரவலனே, மூன்று பேரையும் கங்கை நதிக்கரையில் கொண்டுவிட்டேன். அங்கே குகன் என்னும் குறுநில அரசன் வந்தான். அவன் ராமனுக்கு கனிகளும் கிழங்குகளும் கொடுத்து உபசரித்தான். ராமன் அவற்றைக் கையால் மட்டுமே தொட்டான்; புசிக்கவில்லை.

பின்னர் ராமன் குகனின் உதவியால் ஆலமரத்தின் பாலைத் தலைமுடியில் தேய்த்துச் சடைமுடியாக்கிக் கொண்டான். அந்த நேரத்தில் ராமன் என்னிடம் புத்திர சோகத்தால் தவிக்கும் என் தந்தைக்கு ஆறுதல் சொல்வாய் என்றான். சீதை என் மாமிக்கு வணக்கம் சொல்லுங்கள் என்று பொதுவாகப் பேசினாள். லட்சுமணன் எதுவும் பேசவில்லை.

மூவரும் குகனின் உதவியுடன் ஓடத்திலேறி கங்கையைக் கடந்தனர். ஓடம் மறையும்வரை நின்றேன். பிறகு வந்துவிட்டேன்" என்றான் சுமந்திரன்.

இந்தச் சமயத்தில் கோசலை அங்கே வந்தாள். தசரதன் கண்ணீர் விட்டுக் கொண்டிருப்பதைப் பார்த்தாள். "கைகேயியின் வாக்கைக் காப்பாற்ற பரதனுக்கு நாட்டைக் கொடுத்தது சரி; ராமனைக் காட்டுக்கு அனுப்பியது ஏன்? இப்போது கண்ணீர் வடிப்பது ஏன்?" என்றாள். தசரதன் அவளை நிமிர்ந்து பார்த்தான். "நான் புத்திர சோகத்தில் மரணமடையப் போகிறேன். என் இறப்பிற்குப் பின் உன் சந்தேகம் தீரும்" என்றான்.

தசரதன் நீண்ட பெருமூச்சு விட்டான். "என் இள வயதில்; கல்யாணம் ஆகு முன்பு; காட்டிற்கு வேட்டையாடச் சென்றேன்.

அ.கா. பெருமாள்

கண் தெரியாத முனிவரின் பாலகனைத் தவறுதலாய்க் கொன்று விட்டேன். அப்போது பெற்ற சாபம் கைகேயியின் செய்கையால் பலித்துவிட்டது" என்று சொல்லி முடித்ததும்; உயிரைவிட்டான்.

தசரதனின் இறப்புச் செய்தி பரவியது. வசிட்டர் பரதனையும் சத்துருக்கனையும் அழைக்க ஆள் அனுப்பினார். பரதன் வந்தான். கைகேயியைச் சந்தித்தான். அவள் விவரம் சொன்னாள். பரதன் அழுது புரண்டான். அம்மாவைப் பழித்தான். என் பழி தீர நான் என் உயிரை மாய்த்துக்கொள்வேன் என்றான்.

பரதன் கோசலையைச் சந்தித்தான். தன் மீது களங்கமில்லை என்பதை அழுதே வெளிப்படுத்தினான். "அம்மா, கைகேயியின் கொடிய சூழ்ச்சி எனக்குத் தெரியாது. அப்படி ஒரு பாவத்தைச் செய்திருந்தால் வசிட்டரை வாளால் வெட்டிய பாவத்தை அடைவேன்" என்றான். கோசலை அவனைச் சமாதானப்படுத்தினாள். வசிட்டர் பரதனிடம் தசரதனின் இறுதிச் சடங்குகளைச் செய்யச் சொன்னார்; பரதன் செய்தான்.

8. பரதன் சித்திரக்கூடம் வருதல்

தந்தையின் ஈமக் கிரிகைகளைச் செய்து முடித்த பின் நகரை பரதன் ஒட்டிய காட்டுப்பகுதியில் ஒரு குடிசையில் இருந்தான். வசிட்டர் அவனைத் தேடிச் சென்றார். நீ இனி முடிசூட்டிக் கொள்ள வேண்டும் என்றார். பரதன் அவரை வணங்கிவிட்டு "வேண்டாம் முனிவரே. நான் முடிசூட்டிக்கொள்ள மாட்டேன். ராமனை அழைத்து வந்து சிம்மாசனத்தில் 'அமர்த்துவேன்' என்றான். இதில் வசிட்டருக்கும் உடன்பாடுதான்.

பரதனின் விருப்பம் எல்லோருக்கும் மகிழ்ச்சியைக் கொடுத்தது. குகனின் உதவியுடன் கங்கையைக் கடந்தான் பரதன். பரத்வாச முனிவரின் குடிலில் ஒரு நாள் தங்கினான். முனிவர் பரதனுக்கும் அவனது பரிவாரங்களுக்கும் உணவளித்தார்.

அடுத்த நாள் பரதன் சித்திர கூட மலையின் அருகிலுள்ள மந்தாகிரி மலையின் கரையில் இரண்டு ஆசிரமங்களைக் கண்டான். தொலைவில் நின்றபடி ராமனைத் தரிசித்தான்.

9. பாதுகைக்கு முடிசூட்டல்

ராமன் வசித்த ஆசிரமத்தை நோக்கி நடக்கும் போது பரதன் புளகாங்கிதம் அடைந்தான். ராமனின் கால் தடங்களைக் கண்டு வணங்கினான். அவன் மனதில் உவகை பொங்கியது. ராமன் கால் பட்ட மண் துகளை எடுத்து நெற்றியில் பூசிக்

கொண்டான். "இந்தத் துகளை பிரம்மனும் தேவர்களும் தேடிக்கொண்டிருக்கிறார்கள். எனக்கு மட்டும் கிடைத்தது என் பாக்கியம்" என்று கூறிக்கொண்டான்.

பரதன் ஆசிரமத்தில் ராமனைப் பார்த்ததும் ஆறு அங்கங்களும் நிலத்தில் பதிய விழுந்து வணங்கினான். ராமன் தம்பியைத் தழுவிக்கொண்டான். தொலைவில் நின்ற கோசலை, கைகேயி, சுமித்திரை மூவரும் ராமனை நோக்கி வந்தனர். ராமன் கோசலையின் பாதங்களை வணங்கினான். அவள் அவனைக் கட்டித் தழுவிக்கொண்டாள்.

இந்த நேரத்தில் வசிட்டர் வந்தார். ராமன் அவரை வணங்கிவிட்டுத் தந்தையின் நலம் பற்றிக் கேட்டான். அவர் கொஞ்ச அமைதிக்குப் பின் "அப்பா ராமா; தசரதன் புத்திர சோகத்தால் உயிரை விட்டுவிட்டார்" என்றார். ராமன் தரையில் விழுந்தான். அழுதான். புலம்பினான். சீதையும் லட்சுமணனும் வாய்விட்டு அழுதனர். கொஞ்சம் தெளிந்த பின் ராமனும் லட்சுமணனும் மந்தாகினி நதியில் நீராடினார்கள்.

பரதன் மறுநாள் காலையில் நதியில் நீராடிவிட்டு ராமனிடம் வந்தான். "பிரபுவே, நீங்கள் அயோத்தியில் பட்டாபிஷேகம் செய்துகொண்டு நாட்டை நிர்வகிக்க வேண்டும். தந்தை தன் மனைவிக்கு வாக்கால் கொடுத்த கட்டளையை பிரமாணமாக எடுத்துக்கொள்ள வேண்டாம். அயோத்திக்குப் புறப்படுங்கள்" என்றான் பரதன்.

ராமன் அவனது வேண்டுகோளை நயமாக மறுத்தான். சத்திரியனின் குணமே சத்தியத்தைப் பாதுகாப்பதுதான். தசரதன் அதைச் செய்தான். நானும் அதைச் செய்வேன் என்றான்.

பரதன் விடவில்லை. "நீங்கள் என்னுடன் வரவில்லை யானால் பிராணனை விடுவேன்" என்றான். ராமன் வசிட்டரைக் கடைக்கண்ணால் பார்த்துத் தன் கருத்தைச் சொன்னான். வசிட்டர் பரதனைத் தனியே அழைத்துச் சென்றார். மெதுவாகப் பேசினார். "பரதா நீ இங்கே பார்ப்பது உன் அண்ணன் ராமன் மட்டுமல்ல; இவன் பரம்பொருள்; விஷ்ணுவின் அம்சம்; லட்சுமணன் ஆதிசேஷன். சீதை மகாலட்சுமி. இவர்கள் இராவண வதைக்காகப் பிறந்தவர்கள். இது ரகசியம்; முடிசூட்டு விழா ஒரு நாடகம்" என்றார்.

பரதன் இதைக் கேட்டதும் அமைதியானான். "அப்படி யானால் 14 ஆண்டுகள் முடிந்து ராமன் வந்ததும் அயோத்தி யின் ஆட்சிப்பொறுப்பை ஏற்க வேண்டும். கைகேயியும் இதற்கு மறுப்பு சொல்ல மாட்டாள்" என்றான். ராமன் தன்

அ.கா. பெருமாள்

சார்பாக பாதக்குறடுகளைக் கொடுத்தான். பரதன் தன் படைபரிவாரங்களுடன் அயோத்தி திரும்பினான்.

இதை எல்லாம் பார்த்துக்கொண்டிருந்த கைகேயி மனம் வெதும்பினாள். கொடிய கனவுகண்டவள் திடீரென விழித்து அலமருவதைப் போல் பார்த்தாள். ராமனைத் தனியே அழைத்துச் சென்றாள். "அய்யனே, நீ மகாவிஷ்ணுவின் அம்சம்; என்னை சோதித்து ஏன் களங்கம் ஏற்படுத்துகிறாய்? உன் மாயையால் அல்லவா நான் இப்படி ஒரு தவறைச் செய்தேன்" என்றாள். ராமன் "அம்மா நாடகத்தின் ஒரு உறுப்பு நீ; இது பழி அல்ல" என்றான்.

பரதன் நந்திக்கிராமம் சென்றான். மற்றவர்கள் அயோத்தி சென்றனர். ராமனின் பாதுகைகளைப் பரதன் பூசித்து வந்தான். ராமன் தங்கிய சித்திரக்கூடம் அயோத்தியின் அருகில் இருந்ததால் பொதுமக்கள் ராமனைப் பார்க்க அடிக்கடி போனார்கள். தந்தையின் கட்டளைக்கு இது எதிரானதல்லவா என ராமன் நினைத்தான்.

பொதுமக்களின் அன்புத் தொல்லையிலிருந்து தப்ப ஆரவாரம் இல்லாத காட்டின் நடுப்பகுதிக்குப் போக முடிவு செய்தான் ராமன். அத்ரி முனிவரைப் போய்ப் பார்த்தான். தன் எண்ணத்தைச் சொன்னான். அவருக்கு ராமனின் அவதார மகிமை தெரியும். சீதையிடம் "மகளே அனுசூயை வயது முதிர்ச்சியால் வீட்டினுள் இருக்கிறாள். அவளைப் பார்த்துவிட்டு வா" என்றார்.

சீதை ஆசிரமத்தினுள் போனாள். அனுசூயைப் பார்த்தாள். தள்ளாமையால் படுத்துக் கிடந்த அவள் "குழந்தாய் சீதா வா" என்றாள். நலம் விசாரித்தாள். மங்களகரமான இரண்டு குண்டலங்களையும் மணமிகுந்த பரிமணப் பொடியும் கொடுத்தாள். "சீதா இந்த பொடியைப் பூசு; ஆயுள் முழுக்க இந்த மணம் உன்னைவிட்டுப் போகாது" என்றாள். அத்ரி முனிவர் மூவரையும் ஆசிர்வதித்தார். ராமன் அவரது ஆசிரமத்தில் ஒரு நாள் தங்கினான்.

3

ஆரண்யகாண்டம்

1. விராதன் வதை

ராமன் அத்ரியிடம் விடைபெற்ற போது "கொடும் காட்டில் வழிகாட்ட என் சீடர்களை அனுப்புகிறேன்" என்றார். சீடர்கள் ராமனுடன் சென்றனர். ராமன் முன்னும் பின்னே இலட்சுமணனும் நடுவில் சீதையும் இருக்குமாறு நடந்தனர். சீடர்கள் இவர்களின் முன்னும் பின்னும் சென்றனர்.

காட்டில் தாமரைப் பொய்கை ஒன்றைக் கண்ட சீதை அதன் கரையில் சிறிது நேரம் தங்கலாம் என்றாள். மூவரும் நீரருந்தினர்; அங்கே கொஞ்சம் இளைப்பாறினர். அப்போது கறுப்புநிற அரக்கன் ஒருவன் வந்தான். அவன் கையிலிருந்த ஈட்டியில் விலங்குகள் தொங்கிக்கொண்டிருந்தன. அரக்கன் "நான் விராதன்; என்னை எதிர்த்துவா" என்றான். ராமன் அவனது கைகள், தலை, கால்களை வெட்டினான்.

அரக்கன் இறந்தான். அவன் உண்மையில் அரக்கன் அல்லன். கந்தர்வன். துர்வாசர் சாபத்தால் மாறியவன்; அவன் ராமனை வணங்கிவிட்டு வானகம் சென்றான்.

2. சரபங்கரின் முக்தி

விராட வதை முடிந்ததும் ராமன் சரபங்க முனிவரின் ஆசிரமத்துக்கு வந்தான். அவர் ராமனை

அ.கா. பெருமாள்

வணங்கினார். "பரம்பொருளே உங்களுக்காக காத்துக் கிடக்கிறேன். என் தவத்தின் பலனையும், பெற்ற புண்ணியத்தையும் உனக்கே தந்துவிடுகிறேன். எனக்கு வைகுண்ட பதவி மட்டும் போதும்" என்றார்.

சீடர்கள் சரபங்கனின் விருப்பப்படி விறகை அடுக்கினர். சரபங்கர் அதில் பத்மாசனமிட்டு அமர்ந்தார். நெருப்பு வைத்தனர். அவர் முக்தியடைந்தார்.

சரபங்கரின் ஆசிரமத்திற்கு ராமன் வந்ததை அறிந்த முனிவர்கள் வந்தனர். ராமனை வணங்கினர். "பிரபுவே! இந்தக் காட்டில் உள்ள அரக்கர்களைக் கொன்று எங்களைப் பாதுகாக்க வேண்டும்" என்று வேண்டிக்கொண்டனர்.

3. அகத்தியரின் சந்திப்பு

அடுத்த நாள் ராமன் முதலாக மூவரும் சூதிசன முனிவரைச் சந்தித்தனர். பின் நால்வரும் அகத்தியரைப் பார்க்கப் போனார்கள். வழியில் அகத்தியரின் தம்பியான சுதர்சன முனிவர் வந்தார். அவர் நால்வரையும் தன் ஆசிரமத்திற்கு அழைத்துச்சென்று பசியாறப் பழங்கள் கொடுத்து உபசரித்தார். பின்னர் ராமன் முதலானோர் அகத்தியரின் ஆசிரமத்தை நோக்கி நடந்தனர். அவர்கள் சென்ற காடு கொடுமையானது.

அகத்தியரின் ஆசிரமத்தை நெருங்கியதும் ராமன் சூதிசன முனிவரிடம் "அகத்தியரிடம் என் வரவைச் சொல்லுங்கள்" என்றான். அவரும் சொன்னார். அகத்தியர் நான் மனதில் பூஜிக்கும் ராமன் வந்திருக்கிறானா எனக் கூறி மகிழ்ச்சி பொங்க சீடர்கள் புடைசூழ ராமனை வரவேறக அவன் நின்ற இடத்திற்கே வந்தார்.

ராமன் அவரை வணங்கினான். அகத்தியர் "உலகின் பாரத்தைக் குறைக்க வந்தவரே, கிருஷ்ணனுக்கு மூத்தவரே மாயையுடன் இருப்பவரே" என்று பலவாறாகச் சொல்லி வாழ்த்தி வணங்கினார். பின் எல்லோரும் காட்டுவழி நடந்தனர்.

4. ராமன் இலட்சுமணனுக்கு உபதேசம் செய்தல்

ராமன் முதலான மூவரும் காட்டு வழி போகும்போது பெரிய கழுகு ஒன்றைப் பார்த்தனர். அவனை அரக்கன் என நினைத்த ராமன் "இலச்சுமணா இவனை வதம் செய்கிறேன். சீதையை நீ கவனித்துக்கொள்" என்றான். அந்தக் கழுகு "ராமனே, நான் ஜடாயு; உன் தந்தையின் நண்பன். இந்தப் பஞ்சவடியில்

நீ பர்ணசாலை கட்டலாம்; இங்கே நான் உங்களுக்குப் பாதுகாப்பாய் இருப்பேன்" என்றது. ராமன் ஜடாயுவிடம் "நல்லது இங்கேயே நாங்கள் தங்கப் போகிறோம்" என்றான்.

பஞ்சவடி என்ற இடம் கங்கை நதியின் கிளை ஆறான கவுதமியாற்றின் கரையில் உள்ளது. இங்கு மா, பலா, வாழை என பலவகை மரங்கள் நிறைந்து நின்றன. இங்கே பர்ணசாலை அமைக்கலாம் என்றான் ராமன். லட்சுமணன் தனியாகவே இரண்டு குடிசைகளை அமைத்தான்.

மூவருக்கும் அந்த இடம் பிடித்திருந்தது. சீதை கவுதமி ஆற்றிற்குச் செல்லும்போது ராமன் காவலாகச் சென்றான். மூவரும் ஓய்வாக இருந்தபோது வசிட்டரின் தத்துவ உபதேசங் களை ராமன் விளக்கினான். ஒரு நாள் லட்சுமணன் "அண்ணா சுவர்க்க உலகின் நோக்கம் என்ன? உபாயம் என்ன? பரம்பொருளான நீதான் விளக்க வேண்டும்" என்று கேட்டான். ராமன் லட்சுமணனுக்கு ஞானமார்க்கத்தைச் சுருக்கமாய் உபதேசித்தான்.

ராமன் மெதுவாகப் பேசினான். ரகசியத்தில் ரகசியம் மாயை, ஞானம், பரமாத்மா; பிரபஞ்சத்தை விட்டு விடுகிறவன் பயத்தை விட்டுவிடுவான். ஆத்மா அல்லாத சரீரம் முதலியவற்றில் ஆத்மபுத்தி உண்டாவது மாயை எனப்படும். இதனால் பிறப்பும் இறப்பும் உண்டாகின்றன என்று ராமன் சொல்லிக்கொண்டே போனான். கடைசியில், "என்னிடம் பக்தி செலுத்துகின்றவர்களுக்கு முக்தி நிச்சயம்" எனச் சொல்லி முடித்தான்.

5. சூர்ப்பநகையின் சூழ்ச்சி

பஞ்சவடியில் ஒரு அரக்கி இருந்தாள். அவள் தான் விரும்பிய வடிவத்தை எடுக்கும் ஆற்றல் உடையவள். ஒருநாள் அந்த அரக்கி கவுதமி ஆற்றின் கரையில் ராமனின் காலச்சுவடு களைக் கண்டாள். அதில் வஜ்ர அடையாளமிருப்பதைப் பார்த்தாள்; அழகிய வாலிபனுக்கு உரியது அது என்று புரிந்து கொண்டாள். அவன் முழுமையான அழகுடையவன் என ஊகித்தாள்.

அவனைப் பார்க்க ஆசைப்பட்டாள். காலடிச்சுவடின் அடையாளம் வழி நடந்தாள். அப்படியே பஞ்சவடிக்குப் போய்விட்டாள். பர்ணசாலையின் வெளியே ராமனைக் கண்டாள். பேரழகும் முழுநிலவும் போன்ற அந்த அழகனைக் கண்டு மயங்கினாள். தன்னைப் பேரழகியாகியாக மாற்றிக் கொண்டாள். அவன் அருகே சென்றாள்.

அ.கா. பெருமாள்

அந்த அரக்கி தன்னை அறிமுகப்படுத்திக்கொண்டாள். "நான் சூர்பநகை; தென்னிலங்கை அரசன் ராவணனின் தங்கை. இந்தக் காடு எனக்கு உரியது. எனக்கு உதவியாக கரன், தூஷணன் ஆகியோர் உள்ளனர். நான் உன்னை விரும்புகிறேன். காம ரூபிணியான என் ஆசையைத் தீர்ப்பாய்" என்றாள்.

ராமன் சூர்பநகையைப் பார்த்து "பெண்ணே நான் திருமணம் ஆனவன்; இவள் என் மனைவி சீதை; இவளுக்குச் சக்களத்தியாக நீ இருக்க முடியாது. அதோ என் தம்பி லட்சுமணன்; அவனிடம் கேள்" என்றான். சூர்பநகை யோசிக்காமல் தூரத்தில் நின்ற லட்சுமணனிடம் போனாள். "என்னை நீ ஆசைநாயகியாக வைத்துக்கொள்" என்றாள்.

லட்சுமணன் திகைத்தான். "பெண்ணே நீ எனக்கு ஆசை நாயகியானால் ராமனுக்கு தாசியாக அல்லவா ஏவல் செய்ய வேண்டிவரும். நீ போ" என்றான். சூர்ப்பநகை ராமனிடம் வந்தாள். அவளுக்கு சீதை மேல் கோபம் வந்தது. முதலில் இவளைத் தூக்கி எறிவேன்; அப்புறம் ராமன் இணங்குவான் என நினைத்தாள். சீதையைப் பிடிக்கப் போனாள். ராமன் லட்சுமணனைப் பார்த்தான். அவன் அந்த அரக்கியின் மூக்கை யும் கையையும் வெட்டினான். அவளது இயல்பான கோர வடிவம் வெளிப்பட்டது. ஓலமிட்டாள். "உங்களைப் பூண்டோடு அழிப்பேன்" என்றாள்.

சூர்ப்பநகை கரன், தூஷணன் போன்ற அரக்க வீரர் களிடம் போனாள். அவர்கள் அந்தக் காட்டில்தான் இருந்தனர். அவர்கள் மேலும் வீரர்களை அழைத்துக் கொண்டு ராமனிடம் வந்தனர். சண்டையில் அரக்கர்கள் எல்லோரும் மடிந்தனர். சூர்பநகைக்கு வேறு வழி இல்லை. ஆகாயம வழி இலங்கை சென்றாள். இராவணனின் சபைக்குப் போனாள்.

இராவணன் அவளது அலங்கோலமான வடிவத்தைப் பார்த்துத் திகைத்துக் கோபமுற்று, "என்ன நடந்தது? யார் செய்தது?" எனக் கேட்டான். சூர்பநகை "உன் காரியமாக எனக்கு இந்தக் கோலம். பஞ்சவடிக் காட்டில் சீதை என்ற அழகியைப் பார்த்தேன். உலக அழகெல்லாம் திரண்டு ஒன்றாக உருவாக்கப்பட்டவள். அவளை உன் ஆசை நாயகியாக்கப் போனேன். அப்போது லட்சுமணன் என்ற வீரன் என்னை இப்படி ஆக்கிவிட்டான். அவனைப் பழிவாங்க வேண்டும்" என்றாள்.

இராவணன் அவள் பேசியதை எல்லாம் கேட்டான். பஞ்சவடியில் ராமனும் லட்சுமணனும் இருப்பது அவனுக்குத் தெரியும். ரகுகுல திலகன் யார் என்பதையும் அறிவான். அவனுடன் போரிட்டால் அழிவது உறுதி என்பதை

அறிவான். ஆனால் வைகுண்ட பதவி நிச்சயம் கிடைக்கும். நான் பகைவனாகவே அவனைச் சந்திப்பேன் என்று தனக்குள் சொல்லிக்கொண்டான்.

6. மாரீசனின் உதவி

அறிவில் சிறந்தவனாகிய இராவணன் சீதையைக் கவர்ந்து செல்ல ஒரு திட்டம் தீட்டினான். அதற்கு உதவியாகத் தன் மாமன் மாரீசனைச் சேர்த்துக்கொள்ளலாம் என்று நினைத்து அவன் தங்கியிருந்த இடத்திற்கு ஆரவாரத்துடன் போனான். அப்போது மாரீசன் தியானத்திலிருந்தான். சடைமுடி, மரவுரிக் கோலத்துடன் பத்மாசனத்துடன் அமர்ந்திருந்தான்.

இராவணனின் ஆரவாரம் அவனது அமைதியைக் கலைத்தது. தன் முன்னே நின்ற இராவணனைப் பார்த்தான். "நீ வருத்தமும் குழப்பத்துடனும் வந்ததுபோல் தெரிகிறதே. என்னிடம் சொல்லலாம். ஆனால் இராவணா நீ சொல்லும் காரியத்தால் என்மேல் பழி விழாதது மாதிரி இருக்க வேண்டும்; அப்படியானால் சொல்" என்றான். இராவணன் மாரீசனின் நிபந்தனையுடன் கூடிய வேண்டுகோளைப் பற்றிக் கவலைப்படாமல் பேச ஆரம்பித்தான்.

"மாயவனே, அயோத்தி அரசன் தசரதனின் மகன் ராமன் நம் வனத்தில் வசிக்கிறான். அவனுடன் அவனது மனைவி சீதையும் தம்பி லட்சுமணனும் உள்ளனர். இந்த ராமன் கானகத்துத் துறவிகளின் பாதுகாப்பாளனாக இருக்கிறான். இவன் என் சகோதரியும் உன் மருமகளுமான சூர்ப்பநகையின் மூக்கு, காதுகளை வெட்டி அவமானப்படுத்தி அனுப்பியிருக்கிறான். நான் என் தங்கைக்காக ராமனைப் பழிவாங்க வேண்டும். அதற்காக அவன் மனைவி சீதையைக் கவர்ந்து செல்லப் போகிறேன். அதற்கு நீ உதவ வேண்டும்" என்றான்.

மாரீசன் தன் இரண்டு காதுகளையும் கைகளால் பொத்திக்கெண்டான். "ராவணா! நான் நித்தமும் தியானம் செய்துகொண்டிருக்கும் அந்தப் பரம்பொருள்தான் ராமன். உன் எண்ணத்தை விடு; போ போ உன் இடத்திற்கு" என்றான்.

இராவணன் மீண்டும் மாரீசனை வற்புறுத்தினான். மாரீசன் "ராவணா ராமன் யார் என அறியாமல் பேசுகிறாய். ஒருமுறை விசுவாமித்திர முனிவரின் யாகத்தை அழிக்க சுமாலிக்கு உதவிக்குப் போனேன். அப்போது ராமன் சிறுவன். ஒரே பாணத்தால் என்னைக் கடலில் வீழ்த்திவிட்டான். நான் விடவில்லை. கூரிய கொம்புள்ள மிருமகமாக மாறி அவனிடம் போனேன். அப்போதும் அவன் என்னைக் கொல்ல

வில்லை; கடலில் தள்ளினான். அதனால் சொல்லுகிறேன். நாம் இருவரும் அழிந்துவிடுவோம்” என்றான்.

இராவணன், “மாரீசா! நான் சொல்வதைக் கேள். நீ பொன்னிற மானாக உருவெடுத்துப் போ. சீதை மானை விரும்பி ராமனிடம் கேட்பாள். ராமன் வருவான். நீ லட்சுமணனை அவளிடமிருந்து பிரிக்கும்படி சூழ்ச்சி செய். அந்த நொடியில் சீதையை நான் கவர்ந்து செல்வேன். இதை நீ செய்யாவிட்டால் என் வாளுக்கு இரையாவாய்” என்றான்.

மாரீசன் யோசித்தான். இராவணனின் கையால் சாவதால் நரகம் கிடைக்கும்; ராமனால் சாவது வைகுண்டத்திற்கு வழி திறக்கும். என எண்ணி “சரி ராவணனே” என்றான். பொன்மானாக உருமாறிப் பஞ்சவடிக்குப் போனான்.

7. சீதையைக் கவருதல்

பஞ்சவடி பர்ணசாலையில் ஒருநாள் ராமனும் சீதையும் சந்தோஷமாகப் பேசிக்கொண்டிருந்தனர். லட்சுமணன் பழங்கள் சேகரிக்கப் போயிருந்தான். ராமன் சீதையிடம், “ஜானகி நான் சொல்லுவதைப் பொறுமையாகக் கேட்பாய். ராவணன் என்னும் அரக்கன் உன்னைக் கவர்ந்து செல்லத் துறவி வேடம் பூண்டு வரப்போகிறான். அதனால் உன் நிழலை இந்தப் பர்ணசாலையில் வைத்துவிடு. நீ அக்கினியில் கலந்துகொள்; ஒரு வருஷம் கழிந்து வா. நான் இராவணனை வதை செய்த பின்பு மறுபடியும் உன்னை அழைத்துக்கொள்ளுகிறேன்” என்றான்.

பர்ணசாலையில் சாயா நிழல் சீதை இருந்த சமயம். ஒருநாள் பொன்மயமான மான் வந்தது; சீதை பார்த்தாள். அதன் அழகு அவளை நிலைகொள்ள முடியாமல் ஆக்கியது. பர்ணசாலையில் வளர்க்கலாம் என்றாள். ராமனிடம் கேட்டாள். “சரி பிடித்து வருகிறேன்” என்றான் ராமன்.

இதைக் கவனித்த லட்சுமணனிடம் ராமன், “தம்பி, நான் இந்த மானைப் பிடித்து வருகிறேன். அதுவரை நீ சீதைக்குக் காவலாக இரு; இது அரக்கர்கள் நிறைந்த இடம்; பத்திரம்” என்றான்.

லட்சுமணன் “அண்ணா! உன் ஆணைப்படி நடக்கிறேன். இது மான் அல்ல; மாரீசன் என்ற அரக்கன் மானாக வந்திருக்கிறான். நீ போக வேண்டாம்” என்றான். ராமன், “இந்த மான் உண்மையில் அரக்கனாக இருந்தால் கொன்றுவிடுவேன். இல்லை என்றால் பிடித்து வருவேன்” என்றான். இலட்சுமணன் பதில் பேசவில்லை.

மாயமான் ராமனுக்குப் போக்குக்காட்டியது. அடர்ந்த காட்டுக்குள் ஓடியது. ராமனும் ஓடினான். வேறு வழி யில்லை; இராவண வதையின் ஆரம்பத்தைப் பரம்பொருளே ஆரம்பித்தான். ராமனின் பாணம் மாரீசன்மேல் பாய்ந்தது. அந்த அரக்கன் "இலட்சுமணா நான் கொல்லப்பட்டேன்; காப்பாற்று" என்று சப்தமிட்டான். அது காடெல்லாம் ஒலித்தது.

மாரீசன் உயிரற்ற நிலையில் மண்ணில் விழுந்ததும் அவனிடமிருந்து கிளம்பிய ஒளி ராமனிடம் அடைக்கலமானது. முனிவர்களையே வதைப்பதை வழக்கமாகக் கொண்டிருந்த அரக்கன் இப்போது வைகுண்டம் அடைந்துவிட்டானே. இதற்கெல்லாம் ராமநாமம் அல்லவா காரணம் என்று கூறினர் தேவர்கள். ராமனை வாழ்த்தினர்.

மாரீசனின் குரல் சீதைக்குக் கேட்டது. அவள் லட்சுமணனிடம் "உமது அண்ணனின் அபயக்குரல் கேட்க வில்லையா?" என்று கேட்டாள். லட்சுமணன், "அம்மா இது மாரீசனின் மாயக்குரல். இது சூழ்ச்சியின் குரல். ராமர் மூன்று உலகையும் அழிக்கவல்லவர். அவரை யாரும் கொல்ல முடியாது. தேவர்களால் போற்றப்படும் ராமன் இப்படி ஓலக்குரல் எழுப்ப மாட்டார்" என்றான்.

லட்சுமணன் நிதானமாகப் பேசுவதைக் கேட்ட சீதை ஆவேசமானாள். "அடே லட்சுமணா... நீ பரதனின் கையாளா? அவன் ரகசியமாய் உன்னை அனுப்பினானா? ராமன் இறந்தால் என்னை அடையலாம் என்று நினைத்தாயா? அது முடியாது? நீ இப்போது ராமனைக் காப்பாற்றப் போ. இல்லை என்றால் பிராணனை விடுவேன்" என்றாள்.

சீதையின் ஆவேசப் பேச்சு லட்சுமணனை நிலைகுலைய வைத்தது. அவளின் சூடான மொழி அவனைத் துன்புறுத்தியது. நடக்கப்போவது அவனுக்குத் தெரியும். "... இப்படியாகப் பேசியதன் பலனை நீ கூடிய சீக்கிரம் அடையப்போகிறாய். அதை அனுபவிக்கப்போகிறாய். நான் போகிறேன்" என்று சொல்லிவிட்டு வில், அம்புடன் மாரீசனின் குரல் கேட்ட திசை நோக்கி ஓடினான்.

இதையெல்லாம் மறைவாகக் கவனித்துக்கொண்டிருந்த முனிவர் வேடம் தாங்கிய ராவணன் சீதையின் முன்னே வந்தான். சீதை அவனை விருந்தினன் என உபசரித்து "என் கணவரும் கொழுந்தநாரும் இப்போது வந்துவிடுவர்; காத்திருங்கள்" என்றாள்.

இராவணன், "நான் புலஸ்தியரின் பேரன். ராவணன். உன்னை அடையும் ஆசையால் வந்திருக்கிறேன்" என்றான். இதைக்

கேட்ட சீதை "என் கணவன் உன் குலத்தையே அழிப்பார். காத்திருந்து பார்" என்றாள்.

இராவணன் தன் இயல்பான உருவத்தை எடுத்தான். சீதை நின்ற இடத்தைப் பூமியுடன் பெயர்த்தான். தன் தேரில் வைத்தான்; தேர் பறந்தது. வழியில் எதிர்த்த ஜடாயுவை வாளால் வெட்டினான். சீதை, "லட்சுமணனாரே, உம் பேச்சைக் கேட்காமல் போனேனே" எனக் கதறி அழுதாள்.

தேர் வானத்தில் பறந்தபோது சீதை தன் அணிகள் சிலவற்றைத் துணியில் பொதிந்து தரையில் எறிந்தாள். அது ஐந்து வானரங்களின் மேலே விழுந்தது.

இராவணன் சீதையை இலங்கை அசோகவனத்தில் இருத்தினான். காவலாக கொடிய அரக்கிகளை அமர்த்தினான்.

8. ஜடாயுவின் மோட்சம்

மாரீசனைக் கொன்ற ராமன் பர்ணசாலையை நோக்கி மெல்ல நடந்து வந்தான். தூரத்தில் லட்சுமணன் வருவது தெரிந்தது. ராமன் யோசித்துப் பார்த்தான் பர்ணசாலையில் இருப்பவள் சீதையின் நிழல் என்னும் ரகசியம் இவனுக்குத் தெரியாது. நானும் இவனிடம் சொல்லவில்லை. அரக்கர் வம்சத்தை அழிக்க இது போன்ற சில விஷயங்களில் மவுனமாக இருக்க வேண்டியுள்ளது என நினைத்துக்கொண்டே நடந்தான்.

எதிரே வந்த லட்சுமணனைப் பார்த்து, "சீதையைத் தனியே ஏன் விட்டு வந்தாய்" என்றான். ராமன் கூறிய இந்த வார்த்தைகள் இலட்சுமணனைத் துளைத்தன. அவன் "அண்ணா மாரீசனின் குரலைக் கேட்ட சீதாதேவி உன்னிடம் போகச் சொன்னாள். நான் மறுத்தபோது தகாத வார்த்தை களால் துளைத்தாள். அதை உன் முன்னே சொல்ல முடியாது. என் காதுகளை மூடிக்கொண்டு வெளியே வரத்தான் முடிந்தது" என்றான்.

ராமன் "என்றாலும் நீ செய்தது சரியல்ல இலட்சுமணா. பெண்களின் பேச்சைக் கேட்ட பலன் இது. இதற்குள் சீதையை அரக்கர் விழுங்கியிருக்கலாம்" என்றான். இருவரும் மவுனமாகப் பர்ணசாலைக்குப் போனார்கள். அங்கே யாருமில்லை. வெறிச்சென்று கிடந்தது. ராமன் சீதையை அழைத்தான். பதிலில்லை. "சவுமித்திரியே (இலட்சுமணனே) ஜனகன் மகளை யாரோ அபகரித்துக்கொண்டு போய்விட்டார்கள்" என்றான்.

இருவரும் பேசவில்லை. பர்ணசாலையை விட்டு நடந்தனர். வழியில் ஒருவன் ரத்த வெள்ளத்தில் மூழ்கிக் கிடப்பதைப்

பார்த்தனர். ராமன் அவனைப் பகைவன் என நினைத்துப் பார்த்தான். அந்த ஆள், "ராமா என்னைக் கொல்லாதே நான் ஜடாயு. உன் பத்தினியைக் கவர்ந்து சென்ற இராவணனை எதிர்த்தேன்; சீதையைக் காப்பாற்ற முயன்று தோற்றேன்; சாகப் போகிறேன்" என்றான்.

ரகுவீரன் ஜடாயுவின் அருகில் வந்தான். "அய்யா ஜடாயு, ராவணன் எப்படிப் போனான்" என்று கேட்டான். "தென் திசைவழி" என்று கூறினான் ஜடாயு. மேலும், "ராமா, என் உடலைத் தீண்டு; எனக்கு மோட்சம் கிடைக்கும்" என்றான். ராமன் அப்படியே செய்தான். ஜடாயு ராமா ராமா எனக் கூறியபடி உயிர்விட்டான். அவனது உடலைச் சிதையிலேற்றிக் கருமங்கள் செய்தான் லட்சுமணன்.

பின்னர் இருவரும் நதியில் நீராடிக் கர்மம் செய்தனர். ஒரு மானைக் கொன்று அதன் மாமிசத்தைத் துண்டு துண்டாக வெட்டி நான்கு திசைகளிலும் உள்ள புல்வெளிகளில் சிதறிப் போட்டனர். "ஓ பறவைகளே இவற்றைப் புசியுங்கள். ஜடாயு திருப்தி அடையட்டும். ஜடாயு எல்லோரும் பார்க்கும்படி என் பாதங்களில் இணையட்டும்" என்றான் ராமன். அப்போதே ஜடாயு சங்கு சக்கரமேந்தி விஷ்ணுவின் அம்சத்துடன் காட்சியளித்தார்.

9. கவந்தன் வதை

ஜடாயு வைகுந்தம் சேர்ந்த பிறகு ராமனும் லட்சுமணனும் அடுத்த வனம் நோக்கி நடந்தனர். அப்போது நீண்ட இரண்டு கைகள் அவர்களைச் சுற்றி வளைத்தன. ராமன் "இலட்சுமணா நாம் அரக்கனிடம் அகப்பட்டுக்கொண்டோம்; உடனே செயல்பட வேண்டும். நீ இடதுபுறக் கையை வெட்டு. நான் வலது கையை வெட்டுகிறேன்" என்றான். இருவரும் செயல்பட்டனர். அந்த அரக்கன் நிலைகுலைந்து விழுந்தான்.

அந்த அரக்கன் பேச ஆரம்பித்தான். "நான் கவந்தன். என்னை யாரும் வெல்ல முடியாது என்ற கர்வத்துடன் இருந்தேன். என் கைகளை எப்படி வேண்டுமானாலும் நீட்டிக் கொண்டே போகலாம். என் வயிற்றில் தலை உள்ளது. என்னை எளிதாக வதைத்துவிட்டீர்கள். நீங்கள் யார் என அறியலாமா" என்று கேட்டான்.

ராமன் தன்னை அறிமுகப்படுத்திக்கொண்டான். உடனே கவந்தன் தழுதழுத்த குரலில் "உங்களுக்காகவே காத்திருந்தேன். பேரழகனாக இருந்தேன். அதனால் கர்வம்

கொண்டு அஷ்டா வக்கிர முனிவரைப் பரிகாசம் செய்தேன். அவர் நீ அரக்கனாகப் போ எனச் சாபமிட்டார். அவர் காலில் விழுந்து சாப விமோசனம் கேட்டேன். அவர் தசரத புத்திரனால் விமோசனம் கிடைக்கும் என்றார்.

ஒருமுறை இந்திரனுடன் சண்டைக்குப் போனேன். அவன் வஜ்ராயுதத்தால் என் மண்டையில் அடித்தான். அதனால் தலையும் கால்பாதமும் வயிற்றில் அடங்கின. வடிவமற்ற பிண்டமானேன். முண்டமாய் இருந்து கைகளை நீட்டி விலங்குகளைப் பிடித்துத் தின்று வாழுகிறேன். ராமனே, என்னை எரித்துவிடு. மோட்சம் கிடைக்கும்" என்றான்.

லட்சுமணன் கவந்தன் சொன்னபடி செய்தான். அவன் நெருப்பிலிருந்து கந்தர்வனாக ஜொலித்துக்கொண்டு எழுந்தான். ராமனைப் பலவாறாகத் துதித்தான்.

10. சபரிக்கு உபதேசம்

மோட்சம் பெற்ற கந்தர்வன் வானத்திலே நின்று, "இன்னும் நீங்கள் கொஞ்சதூரம் போனால் சபரி என்னும் பெண் துறவியைப் பார்க்கலாம். அவள் உங்களிடம் அன்பு செலுத்துபவள். உங்களுக்காகவே காத்திருக்கிறாள்" என்றான். அவன் சொன்னபடி ராமன் சபரியைத் தேடிப் போனான்.

சபரி ராமனைக் கண்டதும் புளகாங்கிதம் அடைந்தாள். திகைத்தாள். இரு கைகளையும் உயரே தூக்கிக் கூப்பினாள். "பரமனே, இங்கிருந்த முனிவர்கள் முக்தி பெற்றுவிட்டனர். எனக்குக் காலம் கனியவில்லை" என்றாள். ராமன், "சபரியே, என்னை அடைவதற்கு ஆண், பெண், சாதி, இனம் எல்லாம் முக்கியமல்ல. பக்தியே முக்கியம். இருந்தாலும் சுருக்கமாகச் சொல்லுகிறேன் கேள்.

பக்தி ஒன்பது விதம். சாதுக்களின் சேர்க்கை; என்னைத் துதித்தல், அன்பு வைத்தல், வேதம் ஆகமம் போன்றவற்றை வியாக்யானம் செய்தல், நியமங்களை அனுஷ்டித்தல், என்னைப் பூசிப்பவர்கள் சிரத்தையுடன் இருத்தல், என் மந்திரங்களை விதிப்படி ஜெபித்தல், நானும் என் அடியார்களும் ஒன்று என நினைந்து என் அடியார்களைப் பாராட்டுதல், என்னிடம் அந்தரங்க பக்தி செலுத்தல் ஆகியவையே ஒன்பது விதமான பக்தி" என்றான்.

4

கிட்கிந்தா காண்டம்

1. சுக்கிரீவனின் கதை

ராம லட்சுமணர்கள் சபரியிடமிருந்து விடைபெற்றுப் பம்பை நதிக்கரையை அடுத்துள்ள ரிஷியமுக மலையின் வழி நடந்தனர். அந்த மலையின் உச்சியில் நான்கு வானர வீரர்கள் நின்றனர். அவர்களில் ஒருவன் சுக்கிரீவன். இன்னொருவன் அனுமான். கூடவே இரண்டு வீரர்கள்.

சுக்கிரீவன் இரண்டு மானுட வீரர்கள் நடந்து செல்வதை மலை உச்சியிலிருந்து பார்த்தான். அனுமனைப் பார்த்து, "ஆஞ்சனேயரே, நம்மைக் கொல்ல வாலி இந்த வீரர்களை அனுப்பி இருக்கிறானா? தெரியவில்லையே; நீ போய் விசாரித்துப்பார். உண்மையில் அவர்கள் என்னைக் காண வந்திருந்தால் சைகை செய்; அழைத்து வா" என்றான்.

அனுமான் ராமனின் முன்னே பவ்வியமாக நின்றான். வணங்கினான். "மூவுலகங்களையும் படைப்பவனைப் போல் தோற்றமளிக்கும் பரம்பொருளே நீங்கள் யார்" எனக் கேட்டான். அனுமனின் பேச்சு ராமனைக் கவர்ந்தது. அமைதியாக அனுமனைப் பார்த்தான். அபசுரம் இல்லாமல் சுருக்கமாகப் பேசுகிறானே; இவன் யார் என்பது தெரியவில்லையே என்று நினைக்கிறான். அனுமனிடம் தன்னை அறிமுகப்படுத்திக் கொண்டான். அனுமனிடம், நீ யார், உன் வரலாறு என்ன என்று கேட்டான்."

அ.கா. பெருமாள்

ஆஞ்சனேயர் இருகைகளையும் கூப்பியபடி பேசினான். "வீரனே! நான் வாயுவின் மைந்தன். அஞ்சனையின் மகன். என்னை அனுமன், ஆஞ்சனேயன் என அழைப்பார்கள். கிட்கிந்தை நாட்டின் அரசன் வாலியின் தம்பி சுக்கிரீவனின் மந்திரி நான். வாலி, தன் தம்பியின் மனைவியைக் கவர்ந்து கொண்டு தம்பியை துரத்திவிட்டான். சுக்கிரீவன் இங்கேதான் இருக்கிறான். மதங்க மாமுனிவரின் சாபம் காரணமாக வாலி நாங்கள் இருக்கும் இடத்திற்கு வர மாட்டான். உங்களுக்கு சுக்கிரீவனால் உதவ முடியும். விருப்பமிருந்தால் போகலாம்" என்றான்.

இதை எல்லாம் கேட்ட ராமன், "நானும் சுக்கிரீவனின் நட்பைத் தேடித்தான் வந்தேன்" என்றான். அனுமன் ராம லட்சுமணர்களைத் தன் தோளில் ஏற்றிக்கொண்டு சுக்கிரீவன் இருந்த இடத்திற்குப் போனான்.

அனுமனே இருவரையும் தூக்கி வருவதைப் பார்த்து சுக்கிரீவன் எழுந்து நின்று வணங்கினான். ராமனை அறிமுகப் படுத்தினான் அனுமன். அக்கினி சாட்சியாக இருவரும் நட்புக் கொள்ளுங்கள் என்றான். சுக்கிரீவன் ஒரு மரத்தின் அடிப்பகுதியை ஒடித்து அதை ஆசனமாக்கி ராமனை அமரச் சொன்னான். அனுமன் ஒரு மரத்தை ஒடித்து லட்சுமணனிடம் கொடுத்தான். அதை அவன் சுக்கிரீவனிடம் கொடுத்து அமருமாறு கேட்டுக்கொண்டான்.

எல்லோரும் அமர்ந்ததும் லட்சுமணன் தசரதன் காட்டிற்கு அனுப்பியதுமுதல் சீதையை ராவணன் கவர்ந்ததுவரை எல்லா விஷயங்களையும் சொன்னான். எல்லாம் கேட்ட சுக்கிரீவன், "நான் சீதையைத் தேடும் பணியை ஆத்மசுத்தியுடன் ஏற்றுக்கொள்ளுகிறேன். சமீபத்தில் நடந்த ஒரு நிகழ்ச்சியைச் சொல்லுகிறேன் கேளுங்கள்.

நாங்கள் இந்த மலையில் ஓய்வாய் அமர்ந்து பேசிக்கொண்டிருந்த சமயம், உயர்குலப் பெண் ஒருத்தியை அரக்கன் ஒருவன் கவர்ந்து செல்வதைக் கண்டோம். அவன் ஆகாயத்தில் தேரில் போனான். அந்த அபலை ஓ ராமா ராமா என அலறினாள். அவள் எங்களைப் பார்த்து ஒரு துணி முடிப்பைப் போட்டாள். அதில் பொன் அணிகள் இருந்தன" என்றான்.

ராமனுக்கு எல்லாம் புரிந்தது. சுக்கிரீவன் கொடுத்த அந்தத் துணி முடிப்பை அவிழ்த்தான். சீதையின் அணிகள்; மார்போடு அணைத்துக்கொண்டான். ஆ ஆ சீதா என மெல்லிய குரலில் அழுதுகொண்டே இருந்தான். இலட்சுமணன் "அண்ணா இந்த சுக்கிரீவன் நமக்கு உதவுவான்; சீதையை விரைவில் மீட்போம்; கவலை வேண்டாம்" என்றான்.

அத்யாத்ம ராமாயணம்

சுக்கிரீவனும் ராமனைத் தேற்றினான். உங்களுக்கு உதவுவது என் கடமை என்றான். பின்னர் அனுமன் நெருப்பை வளர்த்தான். ராமனும் சுக்கிரீவனும் நெருப்பை சாட்சியாக வைத்து நாம் நண்பர்களாக இருப்போம் எனச் சபதம் செய்து கொண்டார்கள்.

சுக்கிரீவன் தனது வரலாற்றைச் சொல்ல ஆரம்பித்தான். "கிட்கிந்தை நாட்டின் அரசன் வாலி; நான் அவன் தம்பி. ஒருநாள் மாயனின் புதல்வனான மாயாவி என்ற அரக்கன் வாலியைச் சண்டைக்கு அழைத்தான். வாலி பெரும் கோபம்கொண்டு தன் முஷ்டியால் அவனைக் குத்தினான். அதைத் தாங்க முடியாத மாயாவி ஒரு குகைக்குள் ஓடினான். வாலி அவனைத்துரத்தினான்.

நானும் அண்ணனுக்குத் துணையாக ஓடினேன். வாலி குகைவாசலில் என்னை நிற்கச் சொன்னான். ஒரு மாதம் காத்திருந்தேன். ஒருநாள் குகை வாசல்வழி ரத்த ஆறு வந்தது. நான் வாலி இறந்துவிட்டான் எனத் தவறாக எண்ணிப் பெரிய பாறையால் குகை வாயிலை மூடி வைத்தேன். மாயாவி வந்துவிடக் கூடாதே என்று அப்படிச் செய்தேன்.

வாலி இறந்தான் எனக் கிட்கிந்தை மக்கள் முடிவு கட்டினார்கள். அரசனாக முடிசூட்டுமாறு என்னை மந்திரிகள் கட்டாயப்படுத்தினார்கள்; சூடினேன். சில மாதங்களில் வாலி வந்தான். நான் சூழ்ச்சியாகக் கிட்கிந்தையைக் கவர்ந்து விட்டேன் என்று கூறி என்னை அடித்தான். மந்திரிகள் சிலர் உண்மையைச் சொல்லியும் கேட்கவில்லை. என் மனைவியைக் கவர்ந்துகொண்டு என்னைத் துரத்திவிட்டான்.

நான் எனக்கு நெருக்கமானவர்கள் சிலருடன் உலகெங்கும் சுற்றி நாடோடியாய் அலைந்தேன். இப்போது மதங்க முனிவரின் ஆசிரமம் இருக்கும் மலையில் வாழ்கிறேன். வாலி இங்கே வர முடியாது. அதற்கு ஒரு சாபம் உண்டு" என்றான்.

ராமன், "வாலியைக் கொன்று உனக்கு முடிசூட்டுகிறேன். உன் மனைவியும் உனக்குக் கிடைப்பாள். இது உறுதி" என்றான். சுக்கிரீவன் தலை குனிந்து வணங்கி மகிழ்ச்சியை வெளிப்படுத்தினான். என்றாலும் அவனுக்குச் சந்தேகம். "பிரபு வாலி உலகப் புகழ் பெற்ற வீரன். பலவான்; எதிரியின் பலத்தைப் பாதி பெறுபவன். அவனை வெல்ல முடியுமா? ஒரு நிகழ்ச்சி சொல்லுகிறேன் கேளுங்கள்.

ஒருமுறை துந்துபி என்ற அரக்கன் கிட்கிந்தை நகரத்துக்கு வந்தான். அவன் மலைபோன்ற சரீரம் உடையவன். எருமை உருவமுடையவன். ஒரு நள்ளிரவில் அவன் வந்தான்;

வாலியுடன் சண்டைபோட ஆர்ப்பாட்டம் செய்தான். வாலி பெரும் கோபம் கொண்டு அவனை ஒரேயடியாகக் கொன்றான். அவனது தலையைத் தூக்கி வீசினான். அது மதங்க முனிவரின் ஆசிரமத்தில் விழுந்தது. முனிவர் இதற்குக் காரணமானவன் இந்த இடத்துக்கு வந்தால் அவன் தலை வெடிக்கட்டும் எனச் சாபமிட்டார். துந்துபியின் தலை எலும்பு பெரிய மலைபோல் இன்றும் கிடக்கிறது. அதை உம்மால் எடுத்து எறிய முடியுமா?" என்று கேட்டான்.

ராமன், "அந்த எலும்பைக் காட்டு" என்றான். காட்டினான் சுக்கிரீவன். அதைத் தன் கால் பெருவிரலால் தூக்கி எறிந்தான், ராமன்.

சுக்கிரீவனுக்குச் சந்தேகம் தீர்ந்தபாடில்லை. "இங்கே ஓங்கி வளர்ந்த ஏழு மரங்கள் உள்ளன. இந்த மரங்களை அசைத்து இலையை உதிர்ப்பான் வாலி. இந்த ஏழு மரங்களிலும் ஒரே பாணத்தை விட முடியுமா" என்று கேட்டான். ராமன் அப்படியே செய்தான். அந்த மரங்கள் ஒரே மாதிரி சீராக நிற்கும்படி பாணங்களை அடித்தான்.

இப்போது சுக்கிரீவனுக்கு ராமன்மேல் முழு நம்பிக்கை வந்துவிட்டது. "ராமா நீ பரமாத்மா; எனக்கு ஆசி வழங்கு. முற்றும் துறந்தவர்களுக்குப் பாதுகாப்பு அளிப்பவனே! உன்னைத் தரிசிப்பதன் வழி மாயை விலகும்" என்று துதித்தான்.

2. வாலி சுக்கிரீவன் சண்டை

சுக்கிரீவனின் பாராட்டைப் புன்னகையால் ஏற்றுக்கொண்ட ராமன், "இளவரசனே உன்னை நெருப்பு சாட்சியாக ஏற்றுக்கொண்டேன். நண்பனே, வாலியைக் கொன்று கிட்கிந்தையின் அரசனாக உன்னை ஆக்குவேன். நீ வாலியுடன் சண்டைக்குப் போ. அப்போது நான் பாணம் செலுத்தி அவனைக் கொல்லுகிறேன்" என்றான்.

சுக்கிரீவன் வாலியின் அரண்மனைத் தோட்டத்திற்குப் போனான். வாலி வா சண்டை செய்வோம் என அழைத்தான். வாலி திகைத்தான். வெறுங்கைகளாய் ஓடி வந்து சுக்கிரீவனைத் தாக்கினான். கொஞ்ச நேரம்; தாக்குப் பிடித்த சுக்கிரீவன் ராமனைச் சுற்றுமுற்றும் பார்த்தான்; காணவில்லை. இனி உயிர் பிழைக்க முடியாது என உணர்ந்தான்; வாலியிடமிருந்து தப்பி ராமனிடம் வந்தான்.

ராமனைப் பார்த்து, "அய்யனே கருணை வடிவானவன் நீ என்னை இப்படி வதைக்கலாமா? என்னைத் தண்டிக்க

வேண்டும் என நினைத்தால் இதுதான் வழியா? நான் உன்னை சரணடைந்ததன் நோக்கம் இதுவா? எனக்குப் புகலிடம் கொடுத்துவிட்டு இப்படிச் சோதனை செய்யலாமா?" எனக் கேட்டான்.

ராமன் "வானர ராஜனே நீயும் வாலியும் ஒரே மாதிரியான தோற்றம் கொண்டவராய் இருக்கிறீர்கள். நான் தடுமாறி விட்டேன்; என் பாணம் தவறி உன்மீது பட்டுவிடக் கூடாதே என்று யோசித்தேன். இனி ஒரு அடையாளத்துடன் போ" என்றான்.

லட்சுமணன் மலர் இருந்த கொடி ஒன்றை அவன் கழுத்தில் போட்டான். மறுபடியும் ஆரவாரத்துடன் வாலியின் அரண்மனையின் முன்னே போய் நின்றான் சுக்கிரீவன். தம்பியின் போர்க்குரலைக் கேட்ட வாலி இவனை இந்த முறை கொன்றுவிட வேண்டும் என்று சப்தமிட்டுக்கொண்டே வந்தான்.

இந்த நேரத்தில் வாலியின் மனைவி தாரை வந்தாள். "என் அன்பரே, இப்போது போருக்குப் போக வேண்டாம். எனக்குச் சந்தேகமாக இருக்கிறது. சுக்கிரீவன் கொஞ்ச நாழிகைக்கு முன் அவமானப்பட்டுத் தோற்று ஓடினான். இப்போது மறுபடியும் உன்னைச் சண்டைக்கு அழைக்கிறான்; இதன் காரணம் புரியவில்லையா? தகுந்த துணையுடன் வந்திருக்கிறான்; இது ஊகமல்ல நிஜம்" என்றாள்.

வாலி "பெண்ணே நீ பயந்த சுவாபம் உடையவள். பெண்களே அப்படித்தான். சுக்கிரீவனுக்குத் துணையாக வேறு யாராகிலும் வந்தாலும் அவர்களையும் சங்கரிப்பேன்" என்றான்.

இது கேட்ட தாரை "என் அன்புக்கு உரியவரே. ஒரு விஷயத்தைச் சொல்லிவிடுகிறேன். பிறகு முடிவு செய்யுங்கள். அங்கதன் வேட்டைக்குப் போனபோது ஒரு செய்தியைக் கேட்டிருக்கிறான். தசரதனின் மக்கள் ராமனும் லட்சுமணனும் ரிசியமுக மலையில் சுக்கிரீவனைச் சந்தித்திருக்கிறார்கள். அவர்கள் சுக்கிரீவனுக்கு முடிசூட்டுவதாக நெருப்பை சாட்சியாக வைத்து வாக்களித்துள்ளனர். அதனால் சொல்லுகிறேன். எனக்கும் அங்கதனுக்கும் பாதுகாவலாக இருப்பவரே, நீர் இப்போது சண்டைக்குப் போக வேண்டாம்" என்றாள்.

வாலி சிரித்துக்கொண்டே பேசினான். "ராமன் உலகின் பாரத்தைக் குறைக்க வந்தவன்; பரமாத்மா என்பதெல்லாம் கேட்டிருக்கிறேன். நானே அவனை என் அரண்மனைக்கு அழைத்துவர முடியும்" என்றான்.

அ.கா. பெருமாள்

தாரை "என் நாதனே, நீர் ராமனைப் பணிந்து சருணாகதியாகுவீர். பின் அதன் அடையாளமாக சுக்கிரீவனுக்கு இளவரசுப்பட்டம் கட்டுவீர். அங்கதனுக்கு நாடு வேண்டாம். கிட்கிந்தையும் நீங்களும் நலமாக இருக்க வேண்டும்" என்றாள்.

வாலி சிரித்தான். "பெண்ணே நீ வீரனுடைய மனைவி; பேதமைத் தன்மையுடன் பேசுகிறாய். கொஞ்ச நேரம் முன்புதான் சுக்கிரீவன் சண்டைக்கு வந்து முதுகு காட்டி ஓடினான். இப்போது வந்திருக்கிறான். எப்படி நான் அவனை முடிசூட்டிக் கொண்டாடுவது. நான் அவனைச் சண்டைக்கு அழைக்க வில்லை; அவனாக வருகிறான். இப்படிப்பட்டவனிடம் நான் எப்படி சமாதானம் செய்து கொள்வது" என்று கேட்கிறான்.

தாரைக்குப் பதில் சொல்லமுடியவில்லை. கொஞ்சம் மவுனத்திற்குப் பிறகு, "போக வேண்டாம்" என்று மட்டும் சொன்னாள். சுக்கிரீவன் நின்ற சோலைக்குள் போனான் வாலி. இருவரும் கோரமாக யுத்தம் புரிந்தனர். அப்போது ராமன் வாலியை அடையாளம் கண்டு பாணத்தைச் செலுத்தினான். அம்பு அவன் மார்பில் நுழைந்தது; தரையில் விழுந்தான்; உணர்விழந்தான்; கொஞ்ச நேரத்தில் கண் விழித்தான். எழுந்து நின்றான்.

வாலி தன் எதிரில் ராம லட்சுமணர்கள் ஆயுததாரி யாக நிற்பதைப் பார்த்தான். "ராமா உனக்கு நான் என்ன தீங்கு செய்தேன். அரசர்கள் பழிக்கும் காரியத்தைச் செய்துவிட்டாயே. சத்தியவானான நீ திருடனைப்போல் மறைந்திருந்து இதைச் செய்துவிட்டாயே!

சுக்கிரீவன் உனக்கு அப்படி என்ன நன்மை செய்து விட்டான்? நான் என்ன கெடுதல் உனக்குச் செய்தேன்? நீ என்னிடம் சொல்லியிருந்தால் அந்த ராவணனைக் கட்டி இழுத்து வந்திருப்பேனே. தர்மவான் என்னும் பெயரை இழந்து விட்டாயே" என்று சரமாரியாகப் பேசினான்.

ராமன் வாலியை இடைமறித்து "வாலி நான் தருமத்தைக் காப்பாற்றவே வில்லை ஏந்தியிருக்கிறேன். தன் உடன் பிறந்தவள், சகோதரனின் மனைவி, தன் மகள், மருமகள் ஆகியோரைப் பெண்டாள விரும்புவது மாபாதகம். அதைச் செய்தவன் நீ. அதனால் உன்னைக் கொன்றேன்" என்றான்.

வாலி மவுனமாக இருந்தான். தன் தவறை உணர்ந்தான். தயங்கியபடி பேச ஆரம்பித்தான். "ராமா நான் பாக்கியசாலி; அதர்மமான செயலைச் செய்த பிறகும் உன்னால் ஆட்கொள்ளப் பட்டேன். என்னை மன்னித்துவிடு. பரமபதத்தை எனக்குத் தா;

என்னை ஆசிர்வதிக்க வேண்டும். என் மகன் அங்கதன் நல்ல குணமுடையவன். வீரன்; அவனிடம் அன்பாய் இரு. ராமா உன் கையால் என்னைத் தொடு; முக்தி கிடைக்கும்" என்றான். ராமன் தன் கையால் வாலியைத் தடவினான். உடனே வாலியின் சரீரத்திலிருந்து ஆன்மா தேவ உலகிற்குச் சென்றது. அவனுக்கு உத்தம பதவி கிடைத்தது."

3. தாரைக்கு உபதேசம்

வாலி இறந்துவிட்டான் என்னும் செய்தியைக் கேட்ட கிட்கிந்தை மக்களில் சிலர் தாரையிடம் செய்தியைச் சொன்னார்கள். "ராமபாணத்தால் வாலி மாய்ந்துவிட்டான்; அங்கதனைச் பத்திரமான இடத்திற்கு அனுப்பு; கோட்டை வாசலைப் பூட்டு" என்று எச்சரித்தனர். தாரை அவர்களின் எச்சரிக்கையைப் பற்றிக் கவலைப்படவில்லை. துக்கத்துடன் மார்பிலறைந்து கொண்டாள்; தரையில் விழுந்து புரண்டாள்; விம்மினாள். "இப்போதே என் கணவனுடன் செல்லப்போகிறேன்" என்றாள்.

தாரை வாலி கொலைப்பட்டுக் கிடந்த இடத்திற்குப் போனாள். ராமனைப் பார்த்தாள். "ராமா, இன்னும் ஒரு பாணம் இருந்தால் என் மார்பில் செலுத்து; என் கணவனுடன் சென்று விடுவேன். நான் கணவனை இழந்திருக்கிறேன். அந்தத் துன்பம் எனக்குத் தெரியும்; உனக்கு மனைவியைப் பிரிந்த துயரம் தெரியுமே; பிரிவு எல்லாம் ஒன்றுதானே. என்னைக் கொன்றுவிடு. கன்னிகையைத் தானம் செய்த பலன் உனக்குக் கிடைக்கும்" என்றாள்.

ராமனின் அருகில் நின்ற சுக்கிரீவனைப் பார்த்தாள் தாரை. "இனி கிட்கிந்தை ராஜயத்தை அடைய உமக்குத் தடை இல்லையே. வாலிதான் கொல்லப்பட்டுவிட்டாரே" என்றாள். அவள் இப்படியாகப் பேசிப்பேசி ஓய்ந்தாள். ராமன் தாரைக்கு உபதேசம் செய்ய ஆரம்பித்தான்.

"துக்கம் என்னும் கடலில் மூழ்கிவிட்டவளே! இப்போது இறந்தவன் வாலியின் தேகமா, ஜீவனா? அது உன் கணவனா? யார் அவன். எலும்பு, சதை ரத்தம் கலந்த இவ்வுடலை ஜீவனாக நினைக்கிறாய். ஜீவன் ஆணோ பெண்ணோ அல்ல. அலியுமல்ல, நித்தியன் ஞான வடிவன், அழிவற்றவன்; எங்கும் இருப்பவன். இதனால் இந்த ஜீவனைப் பற்றிக் கவலைப் படாதே" என்று தொடங்கி வாழ்க்கை நிலையாமை குறித்து விரிவாக உபதேசம் செய்தான்.

சுக்கிரீவன் தன் அண்ணனுக்குச் செய்ய வேண்டிய கருமங்களைச் செய்தான். அங்கதனுக்கு இளவரசுப் பட்டம் கட்டினான். தனக்கு முடிசூட்டிக் கொள்ளும் விழாவிற்கு ராமனை அழைத்தான். ராமன், "நான் 14 வருஷங்கள் காட்டில் மட்டுமே வாழ முடியும். அது என் தந்தையின் கட்டளை பட்டாபிஷேசத்திற்கு, என் தம்பி வருவான்" என்றான். லட்சுமணன் போனான். முறைப்படி எல்லாம் முடிந்தன.

இதன் பிறகு ராம லட்சுமணர்கள் பிரஸ்ரவனம் என்னும் மலைக்குச் சென்றனர். அதன் சிகரம் பிரகாசமானது. படிகம்போன்றது. அங்கு இனிய காற்று வீசும். சுவர்க்கம் உலகு போன்றது.

4. சுக்கிரீவனுக்கு அனுமன் அறிவுரை

ராம லட்சுமணர் பிரஸ்ரவனம் மலைக்குகை ஒன்றில் இருந்தார்கள். அந்த மலை இயற்கை வளமும் அமைதியும் உடையது. அந்தச் சூழ்நிலையில் லட்சுமணனுக்குத் தியானம் செய்யத் தோன்றியது. தியானத்தின் முடிவில் ராமரை வணங்கி பக்தியுடன் ஆராதித்தான். ராமன் தன்னைத் துதிக்க வேண்டிய முறையை லட்சுமணனுக்குக் கற்பித்தான்.

ராம லட்சுமணர்கள் அந்தக் குகையில் இப்படியாக வாழ்ந்துகொண்டிருந்தபோது நாட்கள் நகர்ந்தன. கிட்கிந்தையில் சுக்கிரீவன் ஆடம்பரமாக வாழ்ந்தான். ஒருநாள் அனுமன், "அரசே, ராமன் உமக்குச் செய்த உபகாரத்தை மறந்துவிட்டீரா? சீதையைத் தேடுவது என் பொறுப்பு என்று சொன்னது மறந்துவிட்டதா? வாலியைப் போன்ற மரணம் உமக்கும் வர வேண்டுமா? ராமனின் வீரமும் குணமும் உமக்குத் தெரியாதா?" என்று கேட்டான்.

சுக்கிரீவன் "ஆமாம். தவறு செய்துவிட்டேன். பேசாமல் இருந்துவிட்டேன். சீதையைத் தேட ஆவன செய்வோம். அதற்குரிய உத்தரவை நீரே இடலாம். நம் வீரர்கள் எல்லாத் திசைகளுக்கும் போகட்டும். எல்லா வானரங்களையும் வரவழைப்பீர்" என்றான். அனுமான் சுக்கிரீவனின் கட்டளையைச் செயல்படுத்தினான்.

5. தாரையின் சமாதானப் பேச்சு

ராமன் தங்கிய மலை இயல்பான வளம் நிறைந்தது. பழங்களும் கிழங்குகளும் நிறைந்து கிடந்தன. நல்ல அருமையான சுனை; கொடிய காட்டு விலங்குகளும் இல்லை. சுகமான காற்று

வீசியது. எல்லாம் இருந்தும் ராமனுக்கு நிம்மதி இல்லை. சீதையின் நினைவுகள் அவனைத் தூங்கவிடாமல் ஆக்கின.

ஒருநாள் ராமன் லட்சுமணனிடம், "என்பால் அன்புடைய தம்பி! சீதையைக் கவர்ந்து சென்ற அரக்கன் அவளைக் கொன்று விட்டானா என்று தெரியவில்லையே. அவள் உயிரோடு இருக்கிறாள் என்னும் செய்தி மட்டும் கிடைத்தால் போதும். நான் ஆறுதலுடன் இருப்பேன்; சந்திரமுகி (சீதா) என்னைப் பார்க்காமல் உயிரை விட்டுவிடக் கூடாதே" என்றான்.

ராமனின் புலம்பல் இலட்சுமணனை வேதனை அடையச் செய்தது. அண்ணனுக்குச் சமாதானம் சென்னான். ஆனால் அவன் தனியே கலங்கினான். ராமன், "தம்பி இந்த சுக்கிரீவன் நமக்குக் கொடுத்த வாக்கைக் காப்பாற்றவில்லை. வாலியைக் கொன்றது போல் அவனை அழித்துவிடுகிறேன்" என்றான். லட்சுமணன் "வேண்டாம் அண்ணா; நானே போகிறேன். அவனது குலத்தையே நாசம் செய்துவிடுகிறேன்" என்றான். ராமன் "வேண்டாம். அவனைப் பயமுறுத்தினால் போதும்; நான் உணர்விழந்துவிட்டேன்" என்றான்.

லட்சுமணன் வில் ஏந்தியபடி கிட்கிந்தை நகருக்குச் சென்றான். கோட்டை வாசல் சுவரின் மேல் நின்ற வானரங்கள் கற்களையும் மரங்களையும் ஒன்றோடொன்றி உரசி சப்தமுண்டாக்கி லட்சுமணனைப் பரிகசித்தன. தசரதப்புத்திரனின் கண்கள் சிவந்தன; வில்லை வளைத்தான். அப்போது அங்கதன் வந்தான்; வணங்கினான். சுக்கிரீவனிடம் போகலாம் என்றான்.

லட்சுமணன் சுக்கிரீவனை சந்திக்க வருகிறான் என்று அறிந்ததும் தாரை அவன் முன்னே போனாள். வணங்கிவிட்டுப் பேச ஆரம்பித்தாள். "சுமித்திரையின் மைந்தரே, சுக்கிரீவன் காட்டில் வெகுநாட்கள் துன்பம் அனுபவித்துவிட்டான். அதனால் அரச போகம் அவன் கண்ணை மறைத்துவிட்டது. அவன் இயல்பாக நன்றி மறந்தவன் அல்லன்" என்றாள்.

லட்சுமணனின் சினம் அடங்கியது. அப்போது அனுமன் வந்தான். "வீரரே சீதையைத் தேட 15000 வானர உளவாளி களை அனுப்பியிருக்கிறேன். இந்தச் செய்தியை ராமனுக்குச் சொல்லவில்லை. ராமாநுஜரே (லட்சுமணன்) சுக்கிரீவன் ராமனிடம் பக்தியுடையவன். அவரை வணங்கிப் பாராட்டுபவன்" என்றான்.

இப்போது லட்சுமணன் சாந்தமானான். கோபம் மறைந்தது. சுக்கிரீவனை நேரில் சந்தித்தான். "அரசனே, கோபத்தில் ஏதோ சொல்லிவிட்டேன். பொறுத்துக்கொள். ராமனின்

துக்கத்தைக் கண்டு மனம் பொறுக்காமல் பேசினேன்." என்றான். பின்னர் சுக்கிரீவன் லட்சுமணனுடன் ராமனைப் பார்க்கப் போனான்.

6. சுயம்பிரபா

சுக்கிரீவன் ராமனின் பாதங்களில் விழுந்து நமஸ்கரித்தான். பின் பேச ஆரம்பித்தான். "தேவனே பல்வேறு இடங்களிலிருந்து என்னுடைய வானரப் படை வீரர்கள் வந்துகொண்டிருக் கின்றனர். இவர்கள் அஷ்டகுல பர்வதம், மேருமலை, மந்தரமலை போன்ற இடங்களில் இருக்கிறார்கள். இவர்களில் சிலர் விருப்பம்போல் தங்கள் வடிவத்தை மாற்றிக்கொள்ளும் வித்தை அறிந்தவர்கள் இவர்களில் சிலர் தீவுகளிலும் சிலர் மலைகளிலும் வசிக்கின்றனர். 15000 யானை பலமுள்ளவர்கள் இவர்கள்.

கரடி வீரர்களின் கூட்டத் தலைவனாக ஜாம்பவான் இருக்கிறார். வயதில் முதிர்ந்தவர். நல்ல அனுபவமும் நுட்பமும் உடையவர். என் மந்திரி அனுமன் சொல் சிக்கனம் உடையவன். இவன் வாயுவின் புதல்வன்; சத்துவ குணமுடையவன். இன்னும் நளன், நீலன், சரபன், கஜன் என்னும் வீரர்கள் உள்ளனர். இவர்கள் வாலிக்குச் சமமான வீரர்கள். ரகுகுல திலகனே! இவர்கள் எல்லோரும் உன் ஆணைக்குக் கட்டுப்பட்டவர்கள்.

இதை எல்லாம் கேட்ட ராமன், "சுக்கிரீவா உன் வீரர்களுக்கு நீயே உத்தரவிடுவது உகந்ததாய் இருக்கும். அதுவே நியதி. நான் அரசியல் நிர்வாகத்தில் தலையிடாமல் கானகத்து வாழ்க்கையைக் கழிக்க ஆணையிடப்பட்டவன்" என்றான். சுக்கிரீவன் "அப்படியே" என்றான். சுக்கிரீவன் தன் வீரர்களுக்கு உத்தரவிட்டான். ஒருமாத அவகாசமே தருகிறேன் என்றான்.

ராமன் அனுமனைத் தனியே அழைத்தான். தன் கணையாளியைக் கொடுத்தான். "இது என் அடையாளம்; சீதை இதைப் பார்த்தால் புரிந்துகொள்ளுவாள்" என்றான்.

அனுமன் முதலியோர் விந்திய மலை வழி சென்றனர். அதன் முகட்டில் கொடிய ராட்சதன் ஒருவன் இருந்தான். அவனை இராவணன் என நினைத்து வானர வீரர்கள் அடிக்க ஆரம்பித்தனர். அனுமன் தடுத்தான். அந்த அரக்கன் வேறு தேசத்தினன் என்பது தெரிந்ததும் வீரர்கள் அவனை விடுத்தனர்.

வீரர்கள் தொடர்ந்து நடந்ததால் களைப்படைந்தனர். வேறு மலைக்குச் சென்றனர். தாகம் தீர்க்க சுனை தேடி அலைந்தனர். ஓர் இடத்தில் பறவைகள் வட்டமிட்டுப் பறப்பதைக் கண்டனர்.

அங்கே நீர் இருக்கலாம் என ஊகித்தனர். சென்றனர். அந்த இடம் ஒரு குகை; உள்ளே சென்றனர்; வழிபோய்க்கொண்டே இருந்தது.

குகை முடிவுக்கு வந்தது. அங்கே ரம்மியமான சோலை மெல்லிய பூங்காற்று வீசும் சூழல்; சுவர்க்கபுரிபோல் இருந்தது. மெல்லிய வாசம் வீசும் மரத்தின் கீழே ஒரு பெண் தவம் செய்துகொண்டிருந்தாள். மரவுரி, சடையுடன் யோகினியாக இருந்தாள். அனுமன் அவளை நமஸ்கரித்தான். வீரர்களை அமைதியாக இருக்கும்படி சாடை காட்டினான்.

அந்தப் பெண் துறவி அனுமனிடம், “யார் நீ” என்று கேட்டாள். அனுமன் தான் வந்த வரலாற்றைக் கூறினான். “அம்மா மங்களகரமான வடிவுடன் இருக்கிறீர்களே நீங்கள் யார்?” எனக் கேட்டான் அனுமன். அந்த யோகினி “வானர வீரர்களே உங்கள் தாகம் தீர சுனையில் நீர் குடியுங்கள். பழங்களைப் புசியுங்கள். இளைப்பாறுங்கள். பின்னர் என் வரலாற்றைச் சொல்லுகிறேன்” என்றாள்.

அவர்கள் பசியாறி வந்ததும் அனுமன் அவள் முன்னே தரையில் அமர்ந்தார். அவள் தனது வரலாற்றைக் கதை போல் சொல்ல ஆரம்பித்தாள். “முன்னொரு காலத்தில் சோமை என்ற பெண் இருந்தாள். அவள் விசுவகர்மாவின் மகள், மென்மையும் அழகும் உடையவள். அவள் பரமசிவனிடம் நித்தமும் சேவை புரிந்து வந்தாள். அதனால் *15000* வருஷங்கள் வாழும் வரம் பெற்றாள். அவளது தோழி நான். என் பெயர் சுயம்பிரபா; விஷ்ணுவின் பக்தை; கந்தர்வ குலத்தில் பிறந்தேன்.

நான் வைகுண்ட பதவியை அடைய விரும்பினேன். சோமையிடம் சொன்னேன். அவள் எனக்கு இந்த ரகசியமான இடத்தை அறிமுகப்படுத்தினாள். ‘கந்தர்வ குமாரியே இங்கே யாரும் வர மாட்டார்கள். நீ தனியே இருந்து தவம் செய்யலாம். திரேதாயுகம் வரும்போது ராமனின் பத்தினியைத் தேடிக் கொண்டு வானர வீரர்கள் வருவார்கள். அப்போது நீ விரும்பும் விஷ்ணுவின் உலகத்துக்குச் செல்லலாம்’ என்றாள். நானும் அவள் சொன்னது போல் தவம் செய்கிறேன். வீரர்களே, நான் இப்போதே ராமனின் பாதத்தை அடையப் போகிறேன். நீங்கள் கண்ணை மூடிக்கொள்ளுங்கள். இந்தக் குகையை விட்டு வெளியே போய்விடலாம்” என்றாள் சுயம்பிரபா.

வானர வீரர்கள் அப்படியே செய்தார்கள். சுயம்பிரபாவும் கண்ணை மூடினாள். ராமனிடம் சென்றாள். அவரைத் துதித்தாள். ராமனை விஷ்ணுவின் அம்சமாகப் பார்த்தவள் சுயம்பிரபா.

7. சம்பாதியின் யோசனை

அங்கதன் தலைமையில் சென்ற வானரங்கள் காடுகளில் சுற்றித் திரிந்தனர். சீதையைத் தேடித் தேடி அலுத்துவிட்டனர். சோர்ந்துபோய் அங்கங்கே அமர்ந்தனர். வானரத் தலைவன் ஒருவன் அங்கதனிடம், "சுக்கிரீவன் நமக்கு விதித்த காலக்கெடு முடிந்துவிட்டது. அடுத்து என்ன செய்வது" என்றான்.

அங்கதன், "உண்மைதான்; இனி என்ன செய்வது. நான் வாலியின் மகன்; கிட்கிந்தை அரசனின் பகைவனின் மகன். இந்தக் காரணத்தால் என்னை வதைப்பான். ராமனும் என்னிடம் வெறுப்புக் கொள்ளுவார். அதனால் நான் கிட்கிந்தைக்கு வரவில்லை. இங்கேயே என் உயிரை விட்டுவிடுகிறேன்" என்றான்.

வானர வீரர்கள் சிலர் அங்கதனின் அருகில் வந்தனர். "தலைவரே, ஒரு வழி செய்யலாம். இங்கே நிறைய குகைகள் உள்ளன; பழ மரங்கள் உள்ளன. இங்கேயே தங்கிவிடலாம்" என்றார்கள்.

இதை எல்லாம் கேட்டுக்கொண்டிருந்த அனுமன், "அங்கதா உன் கவலை அர்த்தமற்றது. நீ தாரையின் மகன். ராமன் உன் மீது மிகுந்த அன்புடையவன். இந்தக் குகையில் மறைந்து வாழ்ந்தால் மூவுலகங்களையும் அறியும் ஆற்றலுடைய ராமனுக்குத் தெரியாமலா இருக்கும். முயற்சியைக் கைவிட வேண்டாம். செயல்படுவோம். வெற்றி கிடைக்கும்" என்றான்.

பின், எல்லோரும் மகேந்திரகிரி மலைக்குப் போனார்கள். அங்கே சில வானரங்கள் துக்கத்துடன் நின்றன. அனுமனைக் கண்டதும் "நாங்கள் வேறு வழியாக இங்கு வந்தோம். சீதையைக் காண முடியவில்லை. மனம் நொந்துபோனோம். சுக்கிரீவன் எங்களுக்கு கொடுத்த கெடு முடிந்துவிட்டது. இனி பிராணனை விட வேண்டும். அதற்காகத் தர்ப்பைபுல்லைப் பரப்பி வைத்திருக்கிறோம். காற்றை மட்டும் உட்கொண்டு உயிர்விடத் தயாராகிவிட்டோம்" என்றன.

இதை எல்லாம் பார்த்துக்கொண்டிருந்த சம்பாதி என்ற பெரிய கழுகு, "ஆகா நல்லது. எனக்குக் கொஞ்ச நாட்கள் உணவிற்குக் கவலை இல்லை. இவர்களைப் புசிக்கலாம்" என்று வாய்விட்டுக் கூறியது.

வானரங்கள் அந்தக் கழுகின் பேச்சைக் கேட்டு "ஐயோ எங்கள் கதி இப்படி ஆக வேண்டுமா? ராம காரியத்திற்காக வந்ததற்குக் கிடைத்த பரிசு இதுவா?" என்று சொல்லிப் புலம்பின. இதைக் கேட்ட கழுகரசன் சம்பாதி, "நீங்கள் என்ன

சொல்லுகிறீர்கள்? ராம காரியமாகவா? திருப்பிச் சொல்லுங்கள்" என்று கூறியது.

அங்கதன் பேச ஆரம்பித்தான். "முதிய கழுகாரே, நாங்கள் சீதையைத் தேடி வந்தோம். அரக்கன் ராவணன் சீதையைக் கவர்ந்து சென்றுவிட்டான். தடுத்த ஜடாயு என்ற கழுகு வீரனை யும் கொன்றுவிட்டான்" என்றான்.

"ஜடாயு இறந்துவிட்டானா? தம்பி ராம காரியத்துக்காக உயிர் விட்டாயா? நல்லது செய்தாய்; வைகுந்த பதவியை அடைந்து விட்டாயே" என்று புலம்பியபடி சம்பாதி அழுதான். சுற்றி நின்ற வானரங்கள் திகைத்தனர். அங்கதனைப் பார்த்து சம்பாதி "ஜடாயு என் உடன் பிறந்த தம்பி; அவனுக்குக் கர்மம் செய்துவிட்டு வருகிறேன்" என்று சொல்லியபடி அருகில் இருந்த சிறு குளத்திற்குப் போய் நீராடினான்.

சம்பாதி திரும்பி வந்ததும் அங்கதனிடம், "இளம் வீரனே நான் கழுகுகளுக்கு அரசன். எனக்கு மிகக் கூரிய பார்வை உண்டு. இப்போதே சீதை இருக்குமிடத்தைப் பார்க்கிறேன் திரிகூட மலையின் சிகரத்தில் இலங்கை நகரம் உள்ளது. அங்கே அசோகவனம் என்ற சோலை உண்டு. அதில் சீதா தேவி சிறை வைக்கப்பட்டிருக்கிறாள். அவள் இருக்கும் இடத்தை இங்கிருந்தே பார்க்கிறேன். உங்களில் ஒருவன் அங்கே செல்லலாம். சீதாவைக் கண்டு பேசலாம். செய்தி சொல்லலாம். திரும்பலாம். தேவி இருக்குமிடம் இங்கிருந்து நூறு யோசனை தூரம் இருக்கும். அவ்வளவு தொலைவில் சென்று திரும்பும் சக்தி படைத்தவன் உங்களில் யாராவது உண்டா கண்டுபிடியுங்கள்" என்றது சம்பாதி. பின் அயர்வால் படுத்துவிட்டது.

8. சிறகு முளைத்தது

சம்பாதியின் சிறகைப் பார்த்த அங்கதன், "சம்பாதிப் பெரியவரே உமது சிறகுகள் கரிந்து உள்ளன; உம்மால் பறக்க முடியாதே" என்று கேட்டான். சம்பாதி நிமிர்ந்து உட்கார்ந்தது. "அதுவா; ஒரு பழைய கதை; சொல்லுகிறேன் கேள்" என்று சொல்லி விட்டுப் பேச ஆரம்பித்தது.

"நானும் ஜடாயுவும் உடன் பிறந்தவர்கள். நாங்கள் பிறவியிலேயே அதிக பலமும் வானத்தில் வெகுநேரம் பறக்கும் திறனும் பெற்றிருந்தோம். அதனால் ஆணவம் வந்தது. சூரியனைப் பிடிக்க நினைத்தோம்; பறந்தோம்; உயர உயரப் போகப் போக வெப்பம் அதிகரித்தது. தம்பி ஜடாயுவால் தாங்க முடிய

அ.கா. பெருமாள்

வில்லை. நான் என் சிறகை விரித்துப் பாதுகாத்தேன். அதனால் என் சிறகுகள் எரிந்தன.

எங்களால் பறக்க முடியவில்லை. நான் பர்வத மலையில் விழுந்தேன். ஜடாயுவின் சிறகுகள் எரியவில்லை. அவன் மெல்ல தண்டகாருண்யக் காட்டில் இறங்கினான். நான் விழுந்த இடத்தில் சந்திமஸ் என்ற முனிவர் இருந்தார். அவருக்கு என்னையும் என் வலிமையும் தெரியும்.

அந்த முனிவர் என்னைப் பார்த்து, ஓ சம்பாதி உனக்கு இந்தக் கதி வந்துவிட்டதா? என்ன நடந்தது என்று கேட்டார். சொன்னேன். அவர் உடலின் வலு எப்படி ஒருவனின் ஆணவத்தைத் தூண்டிவிடும் என்பதை விரிவாகச் சொன்னார். மனிதப் பிறப்பு பற்றியும் விவரித்தார். ஆணின் விந்து பெண்ணின் உடலில் புகுந்து குழந்தையாக மாறும். கரு உருவாவது என்பது பற்றி முதியோர்கள் பலவாறு கூறியுள்ளனர் என பலவாறு கூறிவிட்டு, சம்பாதி, இந்த மலைக்கு வானரவீரர்கள் சிலர் ராமனின் மனைவி சீதையைத் தேடி வருவார்கள். நீ அவர்களுக்கு உதவி செய்ய வேண்டும். அப்போது உன் எரிந்த இறக்கைகள் முளைக்கும் என்றார்."

சம்பாதி இப்படிப் பேசிக்கொண்டிருக்கும்போதே அதன் சிறகுகள் வளர்ந்தன. கொஞ்ச நேரத்தில் முழு வலிமையுடன் ஆனது. "வானர வீரர்களே உங்கள் காரியம் வெற்றியடையட்டும்" என்று வாழ்த்திவிட்டுப் பறந்தது.

9. அனுமான் தகுதியானவன்

சம்பாதி ஆகாயத்தில் பறந்துகொண்டிருப்பதை வானர வீரர்கள் கொஞ்ச நேரம் பார்த்துக் கொண்டிருந்தனர். அதன் உருவம் மறைந்ததும் அங்கதன் பேசினான். "நமக்கு வழி பிறந்துவிட்டது. சீதாதேவி இருக்கும் இடம் தெரிந்துவிட்டது. ஆனால் அவரைப் போய்ப் பார்ப்பது யார்? அப்படித் தகுதியானவர்கள் என் முன்னே வரட்டும்" என்றான்.

வானர வீரர்கள் திகைத்தனர். பெரும் வீரர்கள் எனப்பட்ட நளன் நீலன் போன்றோரும் திகைத்தனர். 100 யோசனை தூரம் போக வேண்டும்; சீதையைச் சந்தித்துச் செய்தி சொல்ல வேண்டும். மறுபடியும் 100 யோசனை தூரம் பறந்து திரும்ப வேண்டும். யாரால் முடியும் என்று யோசித்தனர்.

அங்கதன் "சரி, இருக்கட்டும் இங்குள்ள வீரர்களில் முக்கியமானவர்கள் தங்களின் திறமையைச் சொல்லுங்கள்

என்றான். ஒரு சிலர் முன்வந்தார்கள் 10 யோசனை தூரம் 20 யோசனை 50 யோசனை என்றெல்லாம் பறந்து போக முடியும் என்றார்கள். சிலர் இலங்கைசென்று விடுவேன் ஆனால் திரும்ப முடியாது என்றனர். இப்படியாகப் பல பதில்கள் வந்தன.

ஜாம்பவான், "நான் என் இளம் வயதில் உலகளந்த பெருமானையே 21 தடவை சுற்றி வந்திருக்கிறேன். 100 யோசனை தூரம் இப்போதும் போக முடியும். திரும்பவும் முடியும். ஆனால் இப்போது முதியவனாகிவிட்டேன். தளர்ச்சியடைந்துவிட்டேன். அதனால் தயங்குகிறேன்" என்றார்.

அங்கதன், "நான் இலங்கை போய்விடுவேன். ஆனால் அங்கே களைத்து விழுந்துவிடுவேன். பகைவர்கள் வந்தால் எதிர்த்து நிற்க முடியும். ஆனால் சீதையைக் கண்டு பேசும் வல்லமையை இழந்துவிடுவேன். அதனால் நான் போய் பலனில்லை" என்றான்.

ஜாம்பவான், "இலங்கை சென்று திரும்பி வரும் வல்லமை உடையவன் நம்மிடம் இருக்கிறான்; அவன் வாயுகுமாரன் அனுமான்" என்றான். பின் ஜாம்பவான் அனுமனிடம் "நீ பேசு; உன் ஒருவனால் இந்தக் காரியத்தைச் செய்ய முடியும்" என்றான்.

அனுமான் பேச ஆரம்பித்தான். "நான் இலங்கை சென்று ஜானகியை இங்கே கொண்டுவர முடியும்; ராவணனைக்கூட ராமனிடம் ஒப்படைக்க முடியும். எதைச் செய்ய வேண்டும்" என்றான். ஜாம்பவான் "நீ ஜானகி தேவியிடம் தூதனாகப் போனால் போதும்" என்றான். அனுமன் தன் முழு உருவத்தைக் காட்டினான். பறந்து செல்லத் தயாரானான்.

அ.கா. பெருமாள்

5

சுந்தர காண்டம்

1. இலங்கிணி இறந்தாள்

அனுமான் கடற்கரையில் நின்று ராமனைத் துதித்தான். மகேந்திர மலையை அடுத்து இருக்கும் கடலின் கரையிலிருந்து 100 யோசனை தூரத்தில் இலங்கை உள்ளது என அனுமன் அறிந்து கொண்டான்.

வானரங்கள் அனுமனை ஊக்கப்படுத்துவது போல் கோஷமிட்டன. அனுமான், "நான் இப்போது ராமதூதன். ராமனின் வில்லிலிருந்து செல்லும் பாணம் போல் பாய்ந்து சென்று ஜனக நந்தினியைக் காணப்போகிறேன். என் காரியத்தை முடித்துவிட்டு திரும்பி வந்து மறுபடியும் ராமனைப் பார்ப்பேன். யாருடைய பெயரை உச்சரித்தால் வைகுண்ட பதவிக்குப் போக முடியுமோ அவருக்காக நான் தூது செல்லும்போது எனக்கு என்ன தடை வரப்போகிறது" என்றான்.

பின்னர் பரந்த கடலைப் பார்த்தான். கருடன் சிறகை விரிப்பது போல இரு கைகளையும் பக்க வாட்டில் நீட்டினான். வாசுகிப் பாம்பு போன்ற நீண்ட வாலை நீட்டினான். மகேந்திர மலையின் மேல் ஏறி நின்றான். தெற்கு நோக்கிப் பறந்தான்.

இந்த நேரத்தில் தேவருலகினர் அனுமனின் திறமையை வெளிப்படுத்த எண்ணினர். நாகலோகத் தாயாகிய சுரசையிடம், "நீ அனுமனின் பலத்தையும் திறமையையும் பரிசோதித்துவா" என்றார்கள். அவளும் அப்படியே கடலின் பரப்பில் எழும்பி

நின்றாள். ஆஞ்சனேயனை வழிமறித்து, "புத்திசாலியே பசியால் துன்புறுகிறேன். என் வாய்க்குள் போ" என்றாள்.

அனுமன் "தாயே ராமனின் காரியமாக அவசரமாகப் போகிறேன்" என்றான். அந்த அரக்கி "அனுமானே பசியால் வருந்துகிறேன்; நீயாக வருகிறாயா அல்லது நானே விழுங்கட்டுமா?" என்று கேட்டாள். அனுமன் "நீயே வாயைத் திற; நானே வாயில் நுழைகிறேன்" என்றான்.

அனுமன் ஒரு யோசனை பருமனில் உடம்பைப் பெருக்கினான். அவளது வாயும் பெரிதானது. இவன் உடம்பு மேலும் பருத்தது. அவள் வாயும் பெரிதானது. இப்படியே பெருத்து பெருத்துச் சென்றபோது ஒரு கட்டத்தில் அனுமான் தன் உடம்பைக் கட்டைவிரலளவு சுருக்கி அவளது வாய்வழி சென்று காதுவழி வெளியே வந்துவிட்டான். "தாயே நீ சொன்னபடி வாயில் நுழைந்துவிட்டேன்" என்றான்.

சுரசை ஆஞ்சநேயரிடம், "அறிவில் சிறந்தவனே நீ ராமச் சந்திரன் விஷயமாய் செல்லுகிறாய். உன் திறமையையும் சமயோசித புத்தியையும் உலகுக்கு அறிவிக்கவே தேவர்கள் என்னை உன்னிடம் அனுப்பினார்கள். என்னை மன்னிப்பாய்; நீ தேவியைக் கண்டு உரையாடி நலமாக வருவாய். சுபம்" என்றாள்.

அனுமன் மேலும் பறந்து போனான். வழியில் மைந்நாகம் என்னும் மலை, கடலிலிருந்து எழும்பி நின்றது. பேச ஆரம்பித்தது. "அனுமனே இந்திரனின் ஏவலால் உனக்கு உதவ வந்தேன். என் மேல் அமர்ந்து சிரம பரிகாரம் செய்யலாம்; பழங்கள் தின்று பசியாறலாம்" என்றது. அனுமன் "நான் அவசரமாகச் செல்லுகிறேன். ஓய்வெடுக்க முடியாது" என்று சொல்லிவிட்டுப் பறந்தான்.

வானில் செல்லும்போது கடலிலிருந்து தன்னை யாரோ இழுப்பதை உணர்ந்தான். ஒரு அரக்கி; ஸம்ஹிதை; அவள் ஆகாயத்தில் பறப்பனவற்றைத் தம் சக்தியால் இழுக்கும் சக்தி படைத்தவள், அனுமனால் பறக்க முடியவில்லை. கீழே பார்த்தான். அரக்கி. வேறு வழியில்லை. அவளைக் கொன்றால் மட்டுமே தான் செல்ல முடியும் என அறிந்துகொண்டான். கொன்றான். மேலும் பறந்தான்.

அனுமனின் பயணம் முடிவுக்கு வந்தது. திரிகூட மலையைக் கண்டான். அதன் சிகரத்தின் மேல் இருந்த இலங்கையைப் பார்த்தான். அதில் ஆட்சி செய்தவன் இராவணன். அவன் சூமாலியின் மகள் கைகசிக்கும் புலஸ்தியரின் மகன் விச்ரவாகுவிற்கும் பிறந்தவன். அந்த நகரம் எட்டுக்கோண

வடிவம் உடையது. 700 யோசனை தூரம். நான்கு புறமும் கடல். சுற்றிலும் அகழி. பெரிய கோட்டை மதில். பெரும் பாதுகாப்பு. இந்த நகருக்குள் அனுமான் புகுந்தான்.

கோட்டை வாசலில் இலங்கிணி என்ற அரக்கி காவல் இருந்தாள். அவள் அனுமானைப் பார்த்துவிட்டாள். குரங்கே நில் என்றாள். அனுமனை ஓங்கி அடித்தாள். அவன் தன் இடது கையால் அவள் மார்பில் குத்தினான். அவள் ரத்தம் கக்கியபடி குப்புறப் படுத்தாள்.

அரக்கி மெதுவாக எழுந்தாள். "பலவானே நீ கோட்டைக்குள் செல்லலாம். உனக்கு மங்களம். என்னை வதை செய்யப் போகின்றவனால் இலங்கை அழியும் என்று பிரம்மா சொன்னது சரியாகிவிட்டது" என்று சொல்லிக்கொண்டே இறந்தாள்.

வாயுகுமாரன் கடலைத் தாண்டியபோதே சீதையின் இடது கண்ணும் ராமனின் வலது புஜமும் துடித்தன. இதே சமயம் இராவணனின் இடது கண்ணும் இடது தோளும் துடித்தன.

2. ராமனைப் பழித்த இராவணன்

இலங்கிணி இறந்தாள். அனுமான் பெரிய மாளிகைகளில் சீதையைத் தேடினாள். சம்பாதி சொன்னது நினைவுக்கு வந்தது. பெரும் மரங்கள் நிறைந்த சோலைகளுக்குப் போனான். கடைசியில் அசோகவனத்துக்குப் போனான். அங்கே உயர்ந்த மரத்தில் ஏறி உட்கார்ந்தான். சுற்றிலும் பார்த்தான்.

தூரத்தில் பெரும் மரக்கூட்டங்களின் நடுவே சிம்பூலா மரம் ஒன்றைக் கண்டான். அதன் கீழ் அரக்கிகளின் நடுவே சீதை இருந்தாள். உடம்பு இளைத்து வறுமைப்பட்டவளைப் போல் மெல்லிய எளிய ஆடையில் சீவி முடித்த கூந்தலுடன் தரையில் அமர்ந்திருந்தாள். அவள் ராமா ராமா எனப் புலம்புவது அனுமனுக்குக் கேட்டது.

அப்போது யாரோ வருவதற்கான அறிகுறி தெரிந்தது. பத்துத் தலைகளையும் இருபது கரங்களையும் உடைய அரக்கன் வந்தான். அனுமன் மரத்தின் இலைகளுக்கிடையே தன்னை முழுதுமாக மறைத்துக்கொண்டான்.

இராவணன் தான் கண்ட கனவை மீண்டும் நினைத்துக் கொண்டான். கனவில் ராமன் பேசினான். "ராவணா, நாளை இலங்கைக்கு வானர வீரன் ஒருவன் வருவான். அவன் எந்த வடிவத்தையும் எடுக்கக்கூடியவன். அசோக வனத்தில் சீதையைச் சந்திப்பான்" என்றான்.

இந்தக் கனவு ராவணனைத் திக்குமுக்காடச் செய்தது. சரி இது உண்மையாக நடக்கவும் செய்யலாம்; இல்லாமலும் போகலாம். எப்படியாயினும் சீதையைச் சந்திப்போம்; அவளிடம் பேசுவோம். அந்த வானரம் மறைந்திருந்து கேட்டால் கேட்கட்டும்; ராமனிடம் சொல்லட்டும் என்ற நினைப்பு உந்தவே வந்தான்.

இராவணனைச் சுற்றிப் பரிவாரங்கள். அவனது ஆரவாரப் பேரொலி கேட்டு சீதை கலங்கினாள். தலை குனிந்தாள். சீதையைப் பார்த்து இராவணன் "பதிவிரதையே உன் கணவன் ராமன் காட்டில் எங்கோ அலைந்து கொண்டிருக்கிறான். நான் தூதர்களை அனுப்பித் தேடினேன். அவனுக்கு உன்னிடம் பிரியமில்லையாம்; முன்பு உன்னை அணைத்திருப்பான்; இப்போது ஆசையை விட்டுவிட்டான்" என்றான்.

சீதை அவமானம் அடையும்படி ராமனைப் பழித்து சிலேடையாக சில வார்த்தைகளை இராவணன் பேசினான். அவற்றின் வெளிப்படையான பொருள் வருமாறு

மாலானவன் – கறுப்பு நிறத்தவன்

நிர்க்குணன் – குணமில்லாதவன்

விகாரி – பார்ப்பதற்கு அழகற்று இருப்பவன்.

நராத்மன் – மானிடன்

நிராதரன் – நிலையில்லா மனம் உடையவன்

இப்படி பல சொல்லுகிறான். ஆனால் இராவணன் இவற்றைச் சொல்லும்போது ராமனைப் பராத்மாவாக நினைத்துப் பேசுகிறான் என்கிறார் காவிய ஆசிரியர். இப்படி எல்லாம் பேசிவிட்டு, சீதா "நீ என்னை அடைந்தால் மூன்று உலகிற்கும் அதிபதியாகலாம்" என்கிறான்.

இராவணன் பேசுவதை எல்லாம் கேட்ட சீதை கோபத்துடன் ஒரு துரும்பை எடுத்து அவன் முன் போடுகிறாள். பேசுகிறாள். "தீயவனே, துறவி வேடம் பூண்டு ராமனுக்குப் பயந்து யாக உணவை நாய் விரும்புவது போல் என்னிடம் விருப்பப்பட்டு வந்தாய். தைரியமில்லாதவனே, இதன் பலனை விரைவில் அடைவாய். ராமனின் பாணம் உன்னைச் சல்லடையாக்கப் போவது நிச்சியம். உன் குடும்பத்தை லட்சுமணன் வதைக்கப் போகிறான். அதை என் இரு கண்களாலும் பார்க்கப்போகிறேன்" என்றாள்.

இதைக் கேட்ட இராவணன் தன் வாளால் அவளை வெட்டப் போனான். அப்போது விபீஷணனின் மகள் திரிசடை,

“அரசே வேண்டாம். உங்களுக்குப் பெண் பாவம் வரும்; இன்னும் கொஞ்ச நாட்கள் பொறுத்திருங்கள்” என்றாள்.

இராவணன் கத்தியை உறையில் போட்டான். சுற்றி நின்ற அரக்கிகளிடம், “இவளை வசப்படுத்திக்கொள்ளுங்கள். அன்பாகவோ பயமுறுத்தியோ அவளைச் சம்மதிக்க வையுங்கள். வழிக்கு வரவில்லை என்றால் என் காலை உணவுக்குக் கொண்டு வாருங்கள்” என்று சொல்லிவிட்டுப் போனான்.

ராமன் போனதும் அரக்கிகள் ஒவ்வொருவராய் சீதையைப் பயமுறுத்த ஆரம்பித்தனர். சீதை அச்சத்துடன் நின்றாள். அப்போது திரிசடை அரக்கிகளிடம், “பெண்களே நான் ஒரு கனவு கண்டேன். ராமனும் லட்சுமணனும் வெள்ளை நிறமுடைய ஐராவதம் யானையின் மேல் ஏறி வருகிறார்கள். இலங்கைக்கு நெருப்பு வைக்கிறார்கள். ராவணன் இறக்கிறான். தைலம் தேய்த்த உடம்புடன் ஆடையின்றித் தன் புதல்வர்கள், உறவினர்கள் சூழ அரளிப்பூ மாலையணிந்து பசும் சாணி நிறைந்த குழியில் இறங்குகிறான். விபீஷணன் ராமனின் அருகில் நிற்கிறான். அதனால் ராட்சசிகளே கவனம்; அழிந்து விடாதீர்கள்” என்றாள்.

இந்தப் பேச்சைக் கேட்ட அரக்கியர் அஞ்சி சீதையை விட்டுத் தொலைவில் சென்றனர். இந்தத் தனிமை சீதைக்குக் முன்பு கிடைக்கவில்லை. தன்னையோ அழித்துக்கொண்டால் என்ன என்று அவள் யோசித்தாள்.

3. சூடாமணி

சீதை தன்னை மாய்த்துக்கொள்ள வேண்டும் என்ற முடிவுடன் எழுந்தாள். மாருதி இதைக் குறிப்பால் உணர்ந்து விட்டான். சீதையின் காது கேட்கும்படி மெல்லிய குரலில் பக்தியுடன் ஸ்ரீராம ஜெயம் என உச்சரித்தான். சீதை திரும்பினாள். மாருதி பேச ஆரம்பித்தான்.

ராமர் பிறந்தது, தாடகை வதை, சீதை கல்யாணம், வனம் வருதல், ராவணன் சீதையைக் கவருதல், வாலிவதை, அனுமன் தேட வந்தது என எல்லா நிகழ்ச்சிகளையும் சுருக்கமாகச் சொன்னான். சீதை இதைக் கேட்டு “என்ன இது ஆகாயத்தி லிருந்து வந்த குரல் யாருடையது? அந்த மகானுபாவன் என் எதிரில் வரட்டும்” என்றாள்.

அனுமான் மரத்திலிருந்து குதித்தான். கலிங்கப் பறவையின் (ஊர்க்குருவி) வடிவத்தில் சிவப்பு முகத்துடன் மஞ்சள் ஆடையுடன் குட்டி ஆஞ்சநேயனாக சீதையின் முன்னே நின்று கரங்கூப்பி

நின்றான். சீதைக்குச் சந்தேகம். ராவணன் இந்தக் கோலத்தில் வந்திருக்கலாமோ என்று நினைத்துத் தலைகுனிந்தாள். அனுமான் அதைப் புரிந்துகொண்டான். "தேவி நான் நீங்கள் நினைக்கும் ஆள் அல்லன். சந்தேகத்தை விட்டு விடுங்கள். நான் ராமனின் தாசன். வாயுகுமாரன் அனுமன். உயர்ந்த குணம் கொண்டவன். பிரம்மச்சரியத்தைக் கடைப்பிடிப்பவன்" என்றான்.

சீதை "அனுமனே, வானர வீரனுக்கும் என் கணவனுக்கும் நட்பு எப்படி ஏற்பட்டது? இது சாத்தியமா?" என்று கேட்டாள். மாருதி மறுபடியும் ராமனைச் சந்தித்த நிகழ்ச்சியை விவரித்தான். "அன்னையே உங்களைத் தேடப் புறப்பட்டபோது இந்தக் கணையாளியை ராமன் என்னிடம் தந்தான்" என்று கூறிவிட்டு, கணையாழியைச் சீதையின் கையில் கொடுத்துவிட்டுக் குனிந்து வணங்கினான்.

சீதை அனுமான் கொடுத்த மோதிரத்தை இரு கைகளாலும் பெற்றுக்கொண்டாள். ஒரு கணம் அதைப் பார்த்தாள். அதே கணையாழி. கண்களில் ஒற்றிக்கொண்டாள். சந்தோஷம் முகத்தில் தெரிந்தது. "அனுமானே! நீர் எனக்கு உயிர் கொடுத்தவர்; இறப்பின் விளிம்பிலிருந்து என்னைக் காப்பாற்றியவர். ராமனுக்குப் பிரியமானவரே. எல்லா தந்திரங்களையும் அறிந்தவரே! ராமனுக்கு என் நிலைமையைக் கூறும். அவருக்காக இரண்டு மாதம்வரை என் உயிரை வைத்திருப்பேன்.

அனுமனே என் பரந்தாமன் வரவில்லையானால் இந்த அரக்கிகள் என்னை தின்றுவிடுவார்கள். ராமன் தன் தம்பியுடனும் சுக்கிரீவனின் படையுடனும் வரட்டும். ராவணனைக் கொன்று என்னை அழைத்துச் செல்லட்டும். வாக்கில் வல்லவனே ராமனுக்கு இதை நீ எடுத்துச் சொல்" என்றாள். அனுமான் இது நடக்கும் எனக் கூறி அவளைப் பணிந்தான்.

சீதைக்கு ஒரு சந்தேகம். "அனுமனே! சுக்கிரீவனின் படை மிகப் பெரிது என்று சொன்னாயே. இந்தப் பரந்த கடலை எப்படித் தாண்டி வரும்?" என்று கேட்டாள். அனுமான், "ராமனையும் லட்சுமணனையும் என் முதுகில் ஏற்றி வருவேன். சுக்கிரீவனின் படைவீரர்கள் இந்தக் கடலில் பாலம் போட்டுக் கடந்து வருவார்கள். உலக நாயகியே, கொண்டல் வண்ணன் நான் உங்களைச் சந்தித்ததை நம்ப வேண்டுமே. ஒரு அடையாளம் தருவீராக" என்றான்.

சீதை கொஞ்சம் யோசித்துவிட்டுத் தன் உச்சிமுடியில் இருந்த சூடாமணியை எடுத்த அனுமனின் கையில் கொடுத்தாள். "காற்றின் மைந்தனே, இந்த சூடாமணியைக் கண்டால் ராமன்

நம்புவான். இன்னொரு அடையாளம். அது மனதில் பதிக்க வேண்டிய நிகழ்ச்சி. சொல்லுகிறேன் கேள்.

ஒருமுறை சித்திரக்கூட மலையில் ராமனும் நானும் தனியாக இருந்தோம். என் மடியில் ராமன் தலை வைத்திருந்தார். நல்ல உறக்கத்திலிருந்தான். அப்போது இந்திரலோகத்திலிருந்து ஒரு காகம் வந்தது. என் கால் பெருவிரலை பழம் என நினைத்து கொத்தித் துன்புறுத்தியது. நான் அவரது உறக்கம் கலைந்துவிடக்கூடாதே என்று நினைத்து வாளாவிருந்தேன். சிறிது நேரத்தில் அவர் விழித்தார். என் கட்டைவிரலிலிருந்து ரத்தம் வழிவதைப் பார்த்தார். காரணம் கேட்டார். நான் பதில் சொல்லும் முன்பு மரத்தில் இருந்த காகத்தைப் பார்த்துவிட்டார். அதன் அலகில் ரத்தம்; புரிந்துகொண்டார்.

ராமன் எழுந்து நின்று ஒரு புல்லை எடுத்து மந்திரம் ஓதி அந்தக் காகத்தின் மேல் பிரயோகித்தார். அந்த அஸ்திரம் காகத்தைத் துரத்தியது. இந்திரலோகத்தில் உள்ள பிரம்மா, சிவன் என எல்லோரிடமும் சென்று அடைக்கலம் கேட்டது. யாரும் கொடுக்கவில்லை. கடைசியில் ராமனிடமே வந்து சரணடைந்தது. அவர் உன் வலது கண்ணை அஸ்திரம் தாக்கும்; போ என அனுப்பினார். இந்த நிகழ்ச்சி எங்கள் இருவருக்கும் மட்டுமே தெரியும் நீ இதை அவரிடம் கூறு. இது அழியாத அடையாளம்" என்றாள்.

சீதைக்கு ஒரு சந்தேகம் வந்தது. "...புதல்வனே நீ மிகச் சிறிய உருவத்துடன் இருக்கிறாய். எப்படி இந்தப் பெரிய காரியத்தைச் சாதிக்கப் போகிறாய்?" என்று கேட்டார். உடனே மாருதி தன் முழு உருவைக் காட்டினார். "அனுமனே பிரமிப்பாக உள்ளது. நீ பலவான். என் கணவனுக்கு நல்ல தோழன். விரைவாகப் போ; மறுபடியும் வா" என்றாள் சீதை.

அனுமன் சீதையிடம் விடைபெற்றபின் அசோகவனத்தின் வேறு இடங்களைச் சுற்றி வந்தபோது ஒரு யோசனை வந்தது. ராமதூதன் வந்ததன் அடையாளமாக ஏதாவது செய்யாமல் போனால் எஜமானனின் தகுதியில் சந்தேகம் வரும் என்று நினைத்தான்.

அனுமன் அசோகவனத்தில் சீதை இருந்த சோலையை விட்டு மற்று எல்லா இடங்களிலும் அழிவு மதிகள் செய்தான். அவனது கர்ஜனையைக் கேட்டு அரக்கியர் பயந்து ஓடினர். இராவணன் செய்தி அறிந்தான். குரங்கை அடக்கக் கிங்கரர்களை அனுப்பினான். அனுமன் அவர்களை ஒரேயடியாகக் கொன்றான். பின் படைத்தலைவர்கள், மந்திரிகள் என வந்தவர்களை எல்லாம் திருப்பி ஓட்டினான்.

இராவணனின் மூத்த மகன் அட்சயகுமாரன் வந்தான். அவனும் கொல்லப்பட்டான். பின் இந்திரஜித்து பெருமளவு வீரர்களுடன் வந்தான். பிரம்மாஸ்திரத்தை விட்டு அனுமனைப் பிடித்தான். அனுமன் பிரம்மனுக்கு மதிப்பளிக்க நினைத்து அமைதியாக இருந்தான். அனுமனை ராவணன் சபைக்கு இழுத்துச் சென்றான்.

4. இலங்கையில் நெருப்பு

பிரம்மாஸ்திரத்திற்குக் கட்டுப்பட்ட அனுமனை மேலும் வலுவான கயிறு கொண்டு கட்டினார்கள் அரக்க வீரர்கள். உடனே பிரம்மாஸ்த்திரக் கட்டுக் கயிறுகள் நொடிப்பொழுதில் மறைந்து போயின. இப்போது அனுமனைக் கட்டியிருந்த கயிறுகள் சாதாரணமாயின. அனுமன் நினைத்தால் எளிதில் அதை அறுத்துவிடலாம். அவனுக்கு இராவணனைச் சந்திக்க வேண்டும். இலங்கை நகரையும் மாளிகைகளையும் பார்க்க வேண்டும். ஜனங்களையும் சந்திக்க வேண்டும். அதனால் கட்டை அவிழ்க்காமல் இருந்தான்.

அனுமன், இராவணன் அவையில் நிறுத்தப்பட்டான். பிரஸ்தரன் என்னும் மந்திரி அனுமனிடம், “நீ யார்? எதற்கு வந்தாய்? உன்னை அனுப்பியது யார்? உண்மையைச் சொன்னால் விட்டுவிடுவோம்” என்றான். அனுமன் மந்திரிக்குப் பதில் சொல்லவில்லை. இராவணனிடம் பேசினான்.

“ஏய் ராவணா! திருட்டுத்தனமாக ராமர் இல்லாத வேளையில் துறவி வேடம் பூண்டு சீதையைக் கவர்ந்து வந்தாய். யாக உணவை நாய் கவர்ந்து செல்வதுபோல உன் காரியம் ஆயிற்று. வாலியை ஒரே பாணத்தால் கொன்ற செய்தி உனக்குத் தெரியுமா? வானரப் படைகள் இங்கே வரப்போவது தெரியுமா? ராம லட்சுமணர்கள் பிரஸ்ரவண மலையில் கோபத்துடன் இருப்பது உனக்குத் தெரியுமா? சொல் ராவணா!

நான் யார் தெரியுமா? வாயுகுமாரன்; வானரன்; அனுமன் என் பெயர். நான் சீதையைத் தேடி வந்தேன். அலைந்து கண்டு பிடித்தேன். சந்தோஷம் வந்தது. அதனால் என் குணத்தைக் காட்டினேன். என்னைக் கொல்ல வந்தவர்களைப் பாதுகாப்புக் காக எதிர்த்தேன். அவர்கள் இறந்தார்கள்.

இராவணா, உன் மகன் விட்ட பிரம்மாஸ்திரத்தின் சக்தி எப்போதோ போய்விட்டது. உன் வீரர்கள் கட்டிய கயிறு களை அவிழ்த்துவிட்டேன். என் வலிமையை நானே கூறுவது சரியல்ல” என்றான் அனுமன்.

மீண்டும் தொடர்ந்தான்; இராவணனுக்கு முக்தியடையும் மார்க்கத்தை விவரித்தான் "ராவணா, உன் செயல் இந்த நகரத்தையும் உறவினர்களையும் அழிக்கும்" என்று சொல்லி முடித்தான்.

அனுமன் பேசுவதை எல்லாம் கேட்ட இராவணன், "வீரர்களே இந்தக் குரங்கைக் கொல்லுங்கள்" என்றான். வீரர்கள் உருவிய வாளுடன் அனுமனை நெருங்கினர். அப்போது விபீஷணன் "வீரர்களே நில்லுங்கள்" என்றான்.

இராவணனிடம் "வேந்தே தூதனைக் கொல்லுவது சரியல்ல. மேலும் இவனைக் கொன்றால் ராமனுக்குச் செய்தி சொல்லுவது யார்? அதனால் இவனுக்கு வேறு தண்டனை கொடுப்பதை யோசிக்கலாம்" என்றான்.

இராவணன் "அது சரி, குரங்கிற்கு வால் முக்கியம். இவன் வாலில் துணியைச் சுற்றி நெருப்பு வையுங்கள்" என்றான்.

வீரர்கள் அனுமனின் வாலில் துணியைச் சுற்றி எண்ணெய் விட்டு நெருப்பு வைத்தனர். வீதிவழி அவனை இழுத்துச் சென்றனர். ஆபாச வார்த்தைகள் பேசினர். சிலர் அனுமனை அடித்தனர். அவன் எதிர்வினை செய்யவில்லை. சுற்றிலும் உற்று நோக்கினான்.

மேலக்கோபுர வாசலுக்கு அவன் வந்ததும் அவனது கட்டுகள் தானாக அவிழ்ந்தன. உருவம் மாறியது. பெரிய உருவம் எடுத்தான். ஒரேயடியாகக் குதித்துக் கோட்டை மதிலில் ஏறிவிட்டான். மாளிகைகளில் தாவி நெருப்பு வைத்தான்.

விபீஷணனின் மாளிகையையும் அசோகவனத்தையும் விட்டுவிட்டான். எல்லா இடங்களிலும் நெருப்பு பற்றியது. நெருப்புக் கடவுள் வாயுவின் நண்பன். அதனால் வால் எரியவில்லை.

இலங்கை மக்கள் கதறிக் கூக்குரல் இட்டனர். அனுமனே! ஆபத்திற்கு உதவுவாய் என சப்தமிட்டனர். சீதையின் காதுகளுக்கும் இது கேட்டது. ராவணனும் கேட்டான். அனுமன் கடலில் சென்று வாலைக் காட்டினான். நெருப்பு அணைந்தது. வால் அப்படியே இருந்தது.

5. சீதையைக் கண்டேன்

அனுமன் அசோகவனத்திற்கு மறுபடியும் சென்று சீதையைக் கண்டான். மூன்று முறை வலம் வந்தான். "ஆஞ்சனேயா உன் வரவு என் துக்கத்தைப் போக்கிவிட்டது. ஆனால் இனி

ராமனின் பெருமையை எனக்கு யார் சொல்லப் போகிறார்கள்? என் பிரபு வரும்வரை என் உயிர் இருக்க வேண்டுமே! என்ன செய்வது என்று தெரியவில்லை" என்றாள்.

அனுமன் "தாயே, என் தோளில் ஏறிக்கொள்ளுங்கள். கணப்பொழுதில் ராமனிடம் உங்களை ஒப்படைக்கிறேன்" என்றான். சீதை, "மகனே, வீரனுக்குரிய பேச்சைப் பேசினாய். என் பிரபு வந்து என்னை அழைத்துச் சென்றால் அல்லவா அவருக்குப் பெருமை. அவர் பெரும் சேனையுடன் வந்து ராவணனை நிர்மூலம் ஆக்க வேண்டும். என் கனவு இது" என்றாள்.

அனுமன் மறுபடியும் சீதையை நமஸ்கரித்தான். பின் கம்பீரமாய் வானத்தில் பறந்தான். பாதிக் கடலைத் தாண்டியதும் மகிழ்ச்சியால் ஆரவாரம் செய்தான். இந்தக் குரலைக் கேட்ட வானரவீரர்கள் அனுமன் வெற்றியுடன் வருகிறான் என ஊகித்துக் கொண்டனர். அவர்கள் தங்களுக்குள் சந்தோஷத்தை வெளிப்படுத்தியபோது அனுமன் வந்தான்.

அனுமனும் மற்ற வானரங்களும் பிரஸ்ரவனத்தை அடைந்தனர். அங்கே வானரங்கள் அங்கதனின் அனுமதியுடன் காய்கனிகளைப் பறிக்கத் தொடங்கின அந்தத் தோட்டத்தின் காவலனான ததிமுகன் தடுத்தான். வானரங்கள் அவனை அடித்து விரட்டின. அவன் சுக்கிரீவனிடம் முறையிட்டான். கிட்கிந்தை அரசன் வானரங்களின் மகிழ்ச்சியைப் புரிந்து கொண்டான்.

அனுமன் பறந்து சென்று ராமனை அடைந்தான். வணங்கினான். "அண்ணலே, தேவியை இலங்கை அசோகவனத்தில் ஸிம்சூபா மரத்தின் கீழ் எளிய ஆடையுடன் ஒற்றைப் பின்னலுடன் பார்த்தேன். அடையாளமாக தேவி சூடாமணியைத் தந்தாள்" என்று சுருக்கமாகச் சொன்னான்.

ராமன் அனுமனைக் கட்டியணைத்துக் கொண்டான். "அனுமனே நீ எனக்குப் பிரியமான பக்தன். நீயே நான். நானே நீ. யாருடைய பாதங்களை வணங்கிப் பரமபதத்திற்கு காத்திருக்கின்றார்களோ அவரே உன்னை அணைத்துக் கொள்ளுகிறார். யாவரும் மதிக்கும் உயர் நிலையை அடைந்து விட்டாய். எப்போதும் நித்திய சூரியாக விளங்குவாய். என் பார்வையால் உனது மும்மலம் அகன்றுவிட்டது" என்றான்.

6

யுத்த காண்டம்

1. படை புறப்பட்டது

ராமன் அனுமனிடம் மனம் திறந்து பேசிய பின் சுக்கிரீவனைப் பார்த்தார். "கிட்கிந்தையின் அரசே! மாருதி செய்த காரியத்தைத் தேவர்களாலும் மற்ற யாவர்களாலும் செய்ய முடியாது. இலங்கையை நெருப்பு வைத்துவிட்டு இவன் மீண்டிருக்கிறான். 100 யோசனை தூரம் உள்ள தீவுக்குச் சென்று சாதனை படைத்துவிட்டுத் திரும்பியிருக்கிறான்.

சீதையிடம் தூது போய் வந்துவிட்டான். கவலை குறைந்தது. ஆனால் வீரர்கள் கடலை எப்படிக் கடப்பார்கள் என்று தெரியவில்லை. மிக்க ஆழமுள்ளதும் பலவகை உயிரினங்களும் உள்ளதுமான கடல் அல்லவா இது" என்றான்.

சுக்கிரீவன் ராமனைப் பார்த்து, "கறுத்த மேகம் போன்ற நிறமுடைய அண்ணலே, உன் கவலையை எங்களிடம் விட்டுவிடு. செயல்களை நடைமுறைப் படுத்தலுக்குத் தடையாய் இருப்பது கவலை. உன் கோதண்டத்திற்கு எதிராக வில் வளைப்பவன் இந்தப் புவனத்தில் உண்டா? உமக்கு ஜெயம்" என்றான்.

இதைக் கேட்டு ராமன் புன்முறுவல் செய்தான். அருகில் நின்ற ஆஞ்சனேயனைப் பார்த்து "அஞ்சனை குமாரா, தேவர்களாலும் அறிய முடியாத இலங்கைக்குச் சென்று விட்டாய்.

அது பற்றி விரிவாகச் சொல்" என்றான். அனுமனும் இலங்கை கோட்டை, நகரப் பாதுகாவல் பற்றிச் சொல்ல ஆரம்பித்தான்.

"ஒரு காலத்தில் அந்த நகரம் தேவர்களுக்குச் சொந்தமாய் இருந்தது. அது திரிகூட மலையின் உச்சியில் உள்ளது. பொன்னிற ஒளியை எப்போதும் வீசிக்கொண்டிருக்கும் அலங்கார மாளிகைகள், கோபுரம் செறிந்த கட்டிடங்கள், ஒழுங்கான வீதி, தோட்டம், ஆழமான அகழி என அமைந்தது.

இந்த நகரத்தின் வடக்கு வாசலில் காலாள் வீரர்கள்; கிழக்கு வாசலில் கொடியும் ஆயுதமும் ஏந்திய வீரர்கள்; தெற்கு வாசலில் தேர்ப்படை வீரர்கள்; மேற்கு வாசலில் யானை வீரர்கள்; நகரின் நடுவில் பல்வகை ஆயுதங்களுடன் வீரர்கள் என இலங்கையைக் காவல் செய்கின்றனர். நான் இவர்களில் சிலரைக் கொன்றுவிட்டேன். நகர் இப்போது பொன்னொளியை இழந்துவிட்டது. ராமா நீ வந்தால் மொத்த நகரை அழித்துவிடலாம்."

இதை எல்லாம் பொறுமையாகக் கேட்ட ராமன் சுக்கிரீவனிடம் "கிட்கிந்தை அரசனே, உனது படைகள் ஆயுத்தமாக ஆணை இடுங்கள். இது நல்லவேளை. இப்போது படையெடுத்தால் நமக்கு வெற்றி நிச்சியம். எனது வலது கண் துடிக்கிறது. நல்ல சகுனம்.

சுக்கிரீவா நல்ல வலிமையும் தீரமும் உடையவர்கள் முதலில் போகட்டும். நான் அனுமானின் தோளில் வருவேன். லட்சுமணன் அங்கதன் தோளில் இருப்பான். நீர் என்னுடன் வரலாம். மேலும் நீலன், நளன், சுசேணன், ஜாம்பவான் முதலியோர் படையுடன் வரட்டும்" என்றான்.

சுக்கிரீவன் ராமனின் அறிவுறுத்தலைக் கட்டளையாக மாற்றித் தன் வீரர்களுக்கு அறிவித்தான். வானரர்கள் செல்லும் வழியில் உள்ள தோட்டங்களில் பழங்களைத் தின்றன. அனுமன் ராமனையும் அங்கதன் லட்சுமணனையும் சுமந்து கொண்டு ஆகாயம் வழி சென்றனர். ராம லட்சுமணர்கள் செல்வது இரண்டு சூரியர்கள் வலம் வருவது போல் இருந்தது.

சுக்கிரீவனிடம் 70 வெள்ளம் அளவு படைவீரர்கள் இருந்தனர். ஊழிக்காலத்திலும் அசையாத மகாமேரு மலை ஊர்ந்தது போலப் படைகள் நகர்ந்தன. வீரர்கள் மலையமலை, சகயமலை, தண்டகாருண்யம், முதலியவற்றைக் கடந்து தென் திசைக் கடற்கரையில் சென்று சேர்ந்தனர். கடலின் சீற்றத்தைப் பார்த்த ராமன், "இதுவரை நம் பயணத்திற்கு

தடை இல்லை. இந்தக் கடலை எப்படித் தாண்டுவது என்று யோசிப்போம்" என்றான்.

2. விபீஷணன் வெளியேறினான்

இராவணன் அவையில் ஆலோசனை நடந்தது. சபையில் இருந்த படைத் தலைவர்கள் "வேந்தே, அனுமானால் உமக்கு ஏற்பட்ட அவமானம் எங்கள் கவனப்பிசகால் நடந்தது. குரங்குதானே என்று அலட்சியமாக இருந்ததன் பலனை இப்போது அனுபவிக்கிறோம். இனி இப்படி ஒரு காரியம் நடக்காது. அந்தக் குரங்கினையும் அதை அனுப்பிய மானிடப் பூச்சிகளையும் அழிப்போம். நம் படைத் தலைவர் ஒருவர் சென்றாலே இந்தக் காரியம் நடக்கும்" என்றான் படைத் தலைவன் ஒருவன்.

அப்போது அவைக்களத்தில் இருந்த கும்பகர்ணன், "அரசே நீ செய்த காரியத்தால் நம் குலத்துக்குப் பழி வந்துவிட்டது. நீர் பஞ்சவடிக்குப் போனபோது மகாத்மா ராமன் உன்னைப் பார்க்கவில்லை. அன்று அவன் பார்த்திருந்தால் நீர் இப்போது உயிருடன் இருக்க முடியாது. அந்த ராமன் மானிடன் அல்லன்; நாராயணன்; அழிவற்றவன், சீதையோ திருமகள்; அந்த உத்தமப் பெண்ணை திருட்டுத்தனமாக வலையிலகப்பட்ட மானைப் போல கொண்டு வந்தீர். அந்தச் செயல் அரக்கர்களின் அழிவுக்குக் காரணமாயிற்று. தெரியாமல் இப்பிழையைச் செய்துவிட்டீர். இனி மேலாவது யோசித்துப் பாருங்கள்" என்றான்.

இராவணனின் மகன் மேகநாதன் என்னும் இந்திரஜித்து எழுந்து நின்று "தந்தையே எனக்கு உத்தரவு கொடுங்கள். பரந்தாமன் என இவர் வர்ணித்த ராமன், அவன் தம்பி, சுக்கிரீவன் வானரப் படைகள் எல்லோரையும் கொன்றுவிட்டு வருகிறேன்" என ஆவேசமாகக் கத்தினான்.

உடனே விபீஷணன் எழுந்தான். இராவணனை வணங்கினான். அவனருகில் சென்று அமர்ந்தான். கும்பகர்ணன் மேகநாதன் இருவரையும் பார்த்து "ராம லக்குவரின் முன்னால் கும்பகர்ணன், மேகநாதன், மகோதரன், கும்பன், நிகும்பன், அதிகாயன், முதலியோர்கள் சக்தியற்றவர்கள் என்பதை முதலில் அறிந்துகொள்ளுங்கள். வேந்தே, இவர்களின் போக்கை நம்பி நீ போர்க்களத்தில் இறங்காதே.

சீதையைக் கவர்ந்து வந்தது உன் புகழுக்குக் களங்கமானது. நீ பெரும் தவம்புரிந்து பெற்ற சக்தி இந்த ஒரு செயலால் அழியப் போகிறது. சீதையை அந்த ராமனிடம் கொண்டு சேர்த்துவிட்டு அவனிடம் சரணாகதி அடைந்துவிடு. எஞ்சிய

நாட்களை நிம்மதியாகக் கழிக்கலாம். இலங்கேசனே ! உறவினரும் நண்பர்களும் பிழைக்க இது ஒன்றே வழி" என்றான்.

அவன் குரல் தழுதழுத்து முடிந்தது. அவனது தொனி ராமனிடம் பக்தியும் இராவணனிடம் பாசமும் இருப்பதை வெளிப்படுத்தியது.

விபீஷணனின் பேச்சு மரணத் தறுவாயில் காப்பாற்றும் மருந்து என்பதை உணராத வேதம் படித்த இராவணன், "துரோகியே இதுவரை நீ அனுபவித்த சுகம் நான் தந்தது; என்னை நம்பி உன் உடலை வளர்க்கிறாய்; உன் ஆடம்பரம் என் பாசத்தால் கொடுக்கப்பட்டது. ஆனால் எனக்கு எதிராகப் பேசுகிறாய். உறவே பகை என்பது சரியாயிற்று. இந்தச் சபையில் உனக்கு இடமில்லை. நீ போ" என்றான்.

விபீஷணன் தன் கதையைக் கையில் எடுத்தான். எழுந்து நின்றான். இராவணனைப் பார்த்து "உனக்கு நன்மை சொன்ன என்னை அவமதித்துவிட்டீர். மீண்டும் சொல்லுகிறேன். உன்னுடைய உயிரைக் குடிக்கும் யமன் தசரதன் மைந்தனாகப் பிறந்திருக்கிறான். ராமன் மகாத்மா" எனக் கூறி அவனது பெருமையை விரிவாகச் சொன்னான். பின் தன் வீடு, மனைவி, மகள் என எல்லாவற்றையும் விட்டுவிட்டு ராமனிடம் சரணாகதி அடையச் சென்றான்.

3. கடலரசன் பணிந்தான்

இராவணன் கோபத்துடன் வாளை உருவியபடி விபீஷணனைப் போ எனக் கூறியதும் அவன் தன் நான்கு மந்திரிகளுடன் இலங்கை அரச சபையிலிருந்து வெளியேறினான். ஐவரும் ஆகாய மார்க்கமாக ராமன் நிற்கும் இடத்திற்கு வந்தனர். ஆகாயத்திலிருந்து ராமனை வணங்கியபடி விபீஷணன் பேச ஆரம்பித்தான்.

"ஆன்மாவின் உண்மை வடிவத்தை அறியாதபடி ஆணவம் ஏறிய இராவணனிடம் விதேகி மரபில் வந்த சீதையை ராமனிடம் சேர்த்துவிட்டு சரணாகதியடைவாய் என்று சொன்னேன். இராவணனோ அவையோர் முன்னே என்னைக் கொல்ல வந்தான். வெளியே போ என்றான். அஞ்சி உம்மிடம் வந்தேன். அபயம்" என்றான்.

இதைக் கேட்ட சுக்கிரீவன், "தேவனே இந்த அரக்கனை நம்பலாமா? இவன் மாயாவி; பலவான்; ஆயுதங்களுடன் வந்திருக்கிறான். நான்கு மந்திரிகள் வேறு; நம்முடைய

கவனக்குறைவைப் பயன்படுத்திக் கொல்ல வந்திருக்கலாம்” என்றான்.

ராமன் அமைதியாக, “வானர வேந்தே; இவன் நம்மை எதுவும் செய்ய முடியாது. என்னால் இப்பூவுலகை அழிக்கவும் முடியும். அடைக்கலம் என வந்திருக்கிறான். அவனை அழைத்து வா” என்றான்.

விபீஷணன் ராமனின் முன்னே நின்றான். அழகான தோற்றம். நீண்ட கண்கள். களங்கமில்லாத முகம். தன் ஆயுதங்களைத் தரையில் வைத்துவிட்டு ராமனின் கால்களில் விழுந்தான். மற்ற மந்திரிகளும் அப்படியே செய்தனர். விபீஷணன் ராமனைத் துதிக்க ஆரம்பித்தான். நீண்ட துதியின் முடிவில் எனக்கு மோட்ச உலகைத் தா பரந்தாமா என்றான்.

ராமன் விபீஷணனுக்கு அறிவுரைகளை சொன்னான். “... என்னை இதயத்தில் இருத்தித் தனியே அமர்ந்து தியானம் செய். நிதான குண உடல் பற்று இல்லாமல் இருத்தல், சஞ்சலமடையும் வழியைக் கட்டுப்படுத்தல் எல்லாம் பிறவிக்கடலைத் தாண்டுவதற்கு வழிவகுக்கும்” என்றான்.

அத்யாத்ம ராமாயண ஆசிரியர் ராமன் விபீஷணனுக்குச் சொன்ன அருளுரையைக் கேட்பவர், படிப்பவர், எழுதியவர் எல்லோரும் ராமனைச் சென்றடைவார்கள் என்கிறார்.

ராமன் லட்சுமணனைப் பார்த்தான். “தம்பி, விபீஷணனை இலங்கை அரசனாக முடிசூட்டுவோம். நீ கடல் நீரை முகந்து வா” என்றான். சுக்கிரீவன் தன் அன்பை வெளிப்படுத்தும் விதமாக விபீஷணனை அணைத்துக் கொண்டான். நாமெல்லாம் ராம சேவகர்கள் என்றான்.

இந்த நேரத்தில் இராவணனால் அனுப்பப்பட்ட சுகன் என்ற அரக்கன் ஆகாயத்தில் நின்றபடி சுக்கிரீவனை அழைத்தான். “நீர் வானரர்; ராமனோ மானிடன்; தொடர்பற்ற இரு இனங்களுக்குள் ஏன் உடன்படிக்கை. எங்கள் அரசரிடம் வாரும். லாபம் அடையலாம்” என்றான். இதைக் கேட்ட சுக்கிரீவன் பதில் சொல்லவில்லை. தன் வீரர்களைப் பார்த்தான். அவர்கள் சுகனைப் பிடித்தனர். அடித்தனர். ராமன் கையைக் காட்டி “தூதனை விட்டு விடுங்கள்” என்றான். சுகன் விடுவிக்கப் பட்டான்.

இதுபோல சார்த்துவன் என்ற தூதனும் சுக்கிரீவனை நோட்டமிட்டான். இவனும் வானரர்களிடம் அகப்படாமல் தப்பி ஓடினான். இராவணனிடம் சென்று தாங்கள் கண்ட செய்தியைச் சொன்னார்கள்.

ராமன் கடலில் பாலமிடலாமா என யோசித்தான். ஆனால் கடல் கொந்தளித்தது. ராமன் தம்பியிடம் "லட்சுமணா வேறு வழியில்லை. இந்தக் கடலை வற்றச்செய்ய வேண்டும் என்று சொல்லிவிட்டுக் கடலின் மேல் பாணம் எய்தான்.

ராமனின் உடல் கோபத்தால் நடுங்கியது. கடல் சீற்றம் குறைந்தது. கடலரசன் ராமனைப் பணிந்தான். "அய்யனே என்னிடம் அடைக்கலமாக இருக்கின்ற உயிரினங்கள் பிழைக்க வேண்டும். பாணங்களை விடவேண்டாம். என் மீது பாலம் கட்ட இசைகிறேன். ஒத்துழைக்கிறேன்" என்றான். ராமன் கோபம் தணிந்தான். பாலம் கட்டும் வேலை ஆரம்பமானது.

4. தூதர்களின் அறிவுரை

சேதுபந்தனம் ஆரம்பிக்கும் முன்பு உலகநன்மை கருதி இராமநாதன் என்னும் பெயரில் ஒரு சிவலிங்கத்தை நிறுவினான் ராமன். எந்த மனிதனாயினும் சரி இந்த இராமேஸ்வர சிவனை வணங்க வேண்டும். சேதுவைத் தொழுது பின் காசி செல்ல வேண்டும். அங்கே கங்கையில் நீராடிவிட்டு கங்கை நீரையும் அதன் மண்ணையும் கொண்டுவர வேண்டும். மறுபடியும் இராமலிங்கத்தைத் தொழுது கங்கை நீரால் அபிஷேகம் செய்ய வேண்டும். பின்னர் சேதுவில் அந்த மண்ணைப் போட்டால் பிரம்மனின் அன்பைப் பெறலாம். இதில் சந்தேகமில்லை என்று வாக்களித்தான்.

நளன் சேதுபந்தன வேலையை மூன்றே நாட்களில் முடித்துவிட்டான். அந்தப் பாலத்தின் மேல் முதலில் ராமன், அனுமன், லட்சுமணன், அங்கதன் ஆகியோர் சென்றனர். பின்னே வானரங்கள் வரிசையாகச் சென்றன. இலங்கையை அடைந்த ராமன் சுவேலமலையின் உச்சியில் நின்று இலங்கை நகரைப் பார்த்தான். பொன்மயமான அந்த நகரின் மதில்களில் ஆயுதங்களும் யந்திரங்களும் நிரம்பி இருந்தன.

இந்த நேரத்தில் இலங்கைக் கோபுரத்தின் மேல் மந்திரிகள் புடைசூழ இராவணன் வீற்றிருந்தான். அப்போது ராமரின் தயவால் உயிர் பிழைத்த இராவணனின் தூதர்கள் இருவரும் வந்தனர். இராவணனைக் கை கூப்பி வணங்கிவிட்டுப் பேச ஆரம்பித்தனர்.

"வேந்தே; நாங்கள் உங்கள் கட்டளைப்படி சுக்கிரீவனைக் கண்டு பேசினோம். வானரவீரர் எங்களைப் பிடித்துத் துன்புறுத்தினர். ராமன் தயவால் உயிர் பிழைத்தோம். அரசே தேவர்களுக்கும் அரக்கர்களுக்கும் எப்படிப் பொருத்த

மில்லையோ அதுபோல வானரர்களுக்கும் அரக்கர்களுக்கும் பொருத்தமில்லை என்பதை அறிந்துகொண்டோம்.

அரசே ராமனின் படைகள் சுவேல மலை அடிவாரத்தில் உள்ளன. ராமன் கோட்டைவாசலுக்கு வருமுன் சீதையை அனுப்பிவிடுங்கள். அல்லது போருக்குத் தயாராகுங்கள்.

வேதங்கள் கற்ற அரசே. ராமன் எங்களிடம் தூதர்களே உன் அரசன் திருடனைப் போல் வந்து என் மனைவியைக் கவர்ந்தான். நான் என் ஆயுதத்துடன் வெளிப்படையாக வந்துள்ளேன். மொத்த இலங்கையைச் சீர்குலைப்பேன் என்று சொல்லு போ என்று எங்களை அனுப்பினான்.

அரசர்களின் காவலரே, ராமனின் தம்பி லட்சுமணன், கிட்கிந்தை அரசன் சுக்கிரீவன், உன் தம்பி விபீஷணன், வாயுவின் மைந்தன் அனுமன் என ஐந்து பேர் அங்கே உள்ளனர். ராமனைப் பார்த்ததும் இவன் ஒருவனே எல்லோரையும் அழிப்பான் என எங்களுக்குத் தோன்றியது. அப்படியான ஒரு வீரம்; கம்பீரம்.

அரசே ராமனின் படையில் உள்ள தலைவர்களின் பெயர்களைத் தெரிந்துகொண்டோம். சொல்லுகிறேன் கேளுங்கள். அதோ லட்சம் வானர வீரர்கள் குவிந்து கிடக்கிறார்களே. அவர்களின் தலைவன் நீலன்; இவன் அக்கினியின் குமாரன்.

இதோ சூரியனைப் போல் ஒளி வீசும் நிறமுடையவனாய் அடிக்கடி தன் வால் நுனியை ஆட்டுகிறானே அவன் இளவரசன் அங்கதன் வாலியின் மகன்.

அங்கதன் அருகே இருப்பவன் சுவேதன். இவன் சுக்கிராச்சாரியாரைப் போன்ற ஞானமுடையவன், புத்திசாலி

அதோ அவசரமாக ஓடுகிறானே பெருவீரன் இவன் தம்பன். அவனருகே நின்று திரும்பிப் பார்க்கிறானே இவன் துவிதன்.

அங்கே அமைதியாக நின்று நம்மை பார்த்துக்கொண் டிருக்கிறானே. அவன் பெயர் நளன். விஸ்வகர்மாவின் மகன். சிற்ப கலையில் வல்லவன். சேதுவைக் கட்டியவன் இவன். கணக்கற்று நிற்கும் இந்த வானர வீரர்களை நாம் ஜெயிக்க முடியாது.

புலஸ்தியரின் மரபில் வந்தவனே, ஆழ்ந்து யோசித்து நாங்கள் பேசுகிறோம். ராமன் மானிடன் அல்லன். அவன் பரந்தாமனின் அம்சம். நீ கவர்ந்துவந்த சீதை மகாலட்சுமி. வானரங்கள் தேவர்கள். அனுமன் சிவனின் அம்சம். இந்த ரகசியத்தை நாங்கள் அறிந்து கொண்டோம். ஜகத்தாரணியான சீதையை நீ அபகரித்தது தவறு அரசே.

அத்யாத்ம ராமாயணம்

அறிவில் சிறந்தவனே, இந்த உடம்பு அழியும் சக்தியுடையது. பஞ்சபூதத்தால் ஆனது. ஆத்மா நிலையானது" என்று சொல்லி முடித்துவிட்டு மீண்டும் இராவணனை வணங்கினான்.

5. போர் ஆரம்பமானது

தூதர்கள் ஞானமார்க்கம் பற்றிக் கூறியதைக் கேட்கப் பொறுக்காத இராவணன், "அற்பர்களே! என்னை அண்டி வாழ்பவர்களே! எனக்கு நீங்கள் குருவைப் போல் உபதேசம் செய்கிறீர்களா? எல்லாம் கற்ற எனக்கு புத்தி சொல்லுவது நீங்களா. தூதர்களாக நீங்கள் செய்த செயலுக்காக உங்களை விடுகிறேன். ஓடுங்கள் இங்கிருந்து" என்றான். சுகன், "தூதர்கள் உங்களுக்கு நன்றி; எங்களுக்கு நல்லது" என்றான் விடைபெற்றனர்.

தூதன் சுகனுக்கு முந்தைய ஜென்மக் கதை ஒன்று உண்டு. சுகன் முந்தைய ஜென்மத்தில் பிராமணர். வேதங்கள் படித்தவர். வானப்பிரஸ்தனாகக் காட்டில் மனைவியுடன் வாழ்ந்து வந்தார். ஆழ்ந்த படிப்புடைய இந்த பிராமணர் தேவர்கள் மேன்மை அடையவும் அரக்கர் அழியவும் யாகம் செய்தார்.

அரக்கர்களின் அழிவுக்காக இவர் யாகம் செய்த தகவலை வஜ்ஜிர தமிட்டன் என்ற அரக்கன் அறிந்தான். அவன் மாயாவி; பிரபலமானவன். அவன் இவரைப் பழிவாங்கச் சமயம் பார்த்துக்கொண்டிருந்தான். இந்த நேரத்தில் ஒருநாள் அகத்தியர் சுகரின் ஆசிரமத்திற்கு வந்தார். "ஓ பிராமணனே இன்று உன் வீட்டில் உணவு தருவாயா" என்று கேட்டார். சுகர் "உங்கள் வரவு எனக்கு மகிழ்ச்சியளிக்கும். கொடுத்து வைத்தவன் நான்" என்றார்.

அகத்தியர் சுகரிடம், "நான் நதியில் நீராடி விட்டு வந்து உண்பேன்" என்றார். அகத்தியர் நீராடப் போன சில நாழிகையில் வஜ்ஜிர தமிட்டன் அகத்தியரைப் போல் வேடமிட்டு வந்தான் "பிராமணரே ஒரு செய்தி சொல்ல மறந்துவிட்டேன். நான் அசைவ உணவுக்காரன். மாட்டிறைச்சி உண்டு நாளாகிவிட்டது. அதுவே விருப்பம்" என்றான்.

போலி அகத்தியர் கூறியதை நம்பிய சுகர் "அப்படியே செய்வதாக கூறினார்". அவர் மாமிச உணவு வகைகளைத் தயாரித்தார். உண்மையான அகத்தியர் நீராடிவிட்டு சுகரின் வீட்டிற்கு வந்தார். அந்த நேரத்தில் வஜ்ஜிர தமிட்டன் சுகரின் மனைவியைப் போல் வேடமிட்டு வந்தான். சுகரின் உண்மையான மனைவியை வேறு இடம் செல்லும்படி மாயம் செய்தான். போலி மனைவி உண்மையான அகத்தியருக்கு மாட்டிறைச்சியைப் பரிமாறினாள்.

அ. கா. பெருமாள்

அகத்தியர் இலையைப் பார்த்தார். இறைச்சித் துண்டுகள். சுகரையும் பரிமாறும் பெண்ணையும் பார்த்தார். "கோணல் புத்தியை உடையவரே; தூய்மையில்லாத இறைச்சியை எனக்குப் படைத்தீரே. அதுவும் மனைவியைக் கொண்டு; நன்று உம் செயல். நீர் அரக்கனைப் போல் காரியம் செய்தீர்; அதனால் அரக்கனாகப் பிறந்து மாமிசத்தையே உண்டு வாழ்வீர்" எனச் சாபமிட்டார்.

இந்தச் சமயத்தில் சுகரின் மனைவி மாயமாய் மறைந்து விட்டாள். சுகன் திகைத்தார். "முனிவர்களில் உன்னதமானவரே. நீராடப் போகுமுன் நீர்தானே மாட்டு மாமிசம் கேட்டீர். அதன்படி செய்தேன். எனக்கு சாபம் ஏன்" என்று கேட்டார்.

அகத்தியர் திகைத்தார். ஞானக்கண் கொண்டு நோக்கினார். தன்னைப் போல் ஒரு அரக்கன் வந்தது தெரிந்தது. "சுகரே, யோசிக்காமல் சாபம் கொடுத்துவிட்டேன். மாற்ற முடியாது. சாப விமோசனம் சொல்லுகிறேன். ராமன் ராவணனை வதை செய்ய அவதாரம் செய்யும் போது நீ ராமனைப் பார்ப்பாய். உடனே உன் சாபம் போகும். ராவணனுக்கு ராமனின் பெருமையை நீ சொல்லுவாய். அவன் கடிந்து உன்னை வெளியில் அனுப்புவான். அப்போது நீ முக்தி பெறுவாய்" என்றார். இந்தச் சாப விமோசனம் இப்போது பலித்துவிட்டது.

சுகர் இராவணனை விட்டுச் சென்ற சில நாழிகையில் மாலியவான் இராவணனிடம் வந்தார். இவர் வயதில் முதியவர். இராவணனுக்குத் தாத்தாமுறை. நீதிமான். ராவணனிடம் அவர், "அரசே நான் உன்னிடம் நீதி சொல்ல வரவில்லை. நம் குலம் அழியாமல் இருக்க வேண்டியதைச் சொல்ல விரும்புகிறேன். உனக்கு இதில் விருப்பமில்லை என்றால் விட்டுவிடு.

என் பேரனே, நீ இலங்கைக்கு ஜானகியைக் கவர்ந்து வந்த அன்றிலிருந்து இலங்கை நகரில் அபசகுன நிகழ்வுகள் தோன்றுவதைப் பார்க்கிறேன். நான் முதியவன்; என் நீண்ட வயதில் இதுபோலப் பார்த்ததில்லை. உன் மந்திரிகள் இதைச் சொல்லி இருக்கமாட்டார்கள்.

கருத்த மேகங்கள் இடிமுழக்கத்துடன் இலங்கையைச் சூழ்ந்து வருகின்றன. கோயில் கருவறைப் படிமங்களிலிருந்து வியர்வை நாற்றம் வீசுகிறது. படிமங்கள் அசைகின்றன. துர்க்கையின் சிற்பத்திலிருந்து ஏளனமாய் சிலிக்கும் ஒலி கேட்கிறது. பசுக்கள் கழுதைக் குட்டிகளை ஈனுகின்றன. எலிகளும் ஓணான்களும் பூனைகளுடன் சண்டை போடுகின்றன.

கருப்பும் பிங்கள நிறமும் பொன்னிறமும் கூடிய தலையற்ற முண்டங்கள் சிலரது வீடுகளின் முன் நடு இரவில் நின்று

ஆடுகின்றன. இது நாட்டுக்கும் நம் குடும்பத்துக்கும் நல்லதல்ல. சீதையை ராமனிடம் அனுப்பிவிடு. ராமன் நாராயணன் என்பதை உணர்ந்துகொள்” என்றான்.

மாலியவான் பக்தி மார்க்கத்தைப் பற்றி விளக்கினான். ராமன் பிறவிக் கடலை ஒழிப்பவன்; அவன் மானிடனல்லன். பரமாத்மா. இதுவரை செய்த பாவத்தைப் போக்க அவனைச் சரணடைவாய் என்றான்.

இதை எல்லாம் கேட்ட இராவணன் “நீ கிழவனாகி விட்டாய். உளறுகிறாய். அந்த ராமன் குரங்குகளின் நண்பன். தந்தையால் வெளியேற்றப்பட்டவன். மானுடன்; சொந்த நாட்டிலிருந்து வெளியேற்றப்பட்டவன். அவனை நான் சரணடைய வேண்டுமா? வாயை மூடு” என்றான். மாலியவான் தலை குனிந்தபடி அவையை விட்டு வெளியே போனான்.

இதெல்லாம் நடந்த பிறகுதான் இராவணன் கோபுரத்தின் மேலேறி வானரச்சேனைகளைப் பார்க்கப் போனான். அப்போது மலை உச்சியிலிருந்த ராமன் வெண்கொற்றக் குடை, பத்து தலைகளிலும் மணிமுடி சகிதம் மந்திரிகள் புடைசூழ நின்றுகொண்டிருந்த இராவணனைப் பார்த்தான்.

ராமன் வில்லை வளைத்து அரை நிலா அம்பைச் செலுத்தினான். அது ராவணனின் மணிமுடியை மட்டும் பொடிப்பொடியாக்கிவிட்டுத் திரும்பியது. இது ஒரு வகையான சோதனைமுறை; எச்சரிக்கைமுறை.

வானர வீரர்கள் அனுமன், அங்கதன், குமுதன், நீலன், நளன், சரபன், துவிதன், ஜாம்பவான், ததிவக்ரதன், கேசரி, தாரன் ஆகியோர் தலைமையில் கல், சிறு பாறை, மரம் என்பவற்றுடன் போருக்குப் புறப்பட்டனர்.

போர் உக்கிரமாக நடந்தது. சில நாழிகையில் அரக்கர்கள் பலர் மடிந்தனர். மேகநாதன் வானத்தில் இருந்துகொண்டு பிரம்மாஸ்திரத்தை விட்டான். வானரர் பலர் மயங்கி விழுந்தனர். ராமன் இதைப் பார்த்து “சுமித்திரை மைந்தனே நானும் பிரம்மாஸ்திரத்தை விடவேண்டிய நேரம் வந்துவிட்டது” என்றான். உடனே மேகநாதன் மாயமாய் மறைந்துவிட்டான்.

பூமியில் வானரர் மயங்கிக் கிடந்தனர், ராமன் “அனுமனே! வேகமாகப் பறந்து போய் திரோணகிரி மலையில் உள்ள சஞ்சீவி மூலிகைகளைக் கொண்டு வா; வானரர் பிழைப்பர். உன் புகழும் நிலைக்கும்” என்றான்.

மாருதி “ரகுநந்தனா உன் கட்டளையே என் மூல ஆதாரம்; போகிறேன்” என்றான். அந்த மலையைப் பெயர்த்து

எடுத்து வந்தான். மூலிகைகளின் வாடை பட்ட உடனேயே வானரங்கள் உயிர்த்து எழுந்தனர். புதிய பலம் பெற்றனர். ஆரவாரம் செய்தனர். இந்த ஒலி ராவணனுக்குக் கேட்டது.

இராவணன் தன் படைவீரர்களுக்கு உத்தரவிட்டான். "போரில் வீரதீரம் காட்டப் புறப்படுங்கள். மறுத்தவர்கள் சிரம் அறுக்கப்படுவர்" என்றான். இராவணனின் மகன் அதிகாயன், பிரகஸ்தன், தேவசத்ரு நிரும்பன், தேவாந்தகன், நாராந்தகன் எனப் பெரும் வீரர் தலைவர்களும் ஆயுதங்கள் தரித்துப் போர்க்களம் வந்தனர். அன்றைய போரில் வானரங்களுக்கு வெற்றி. "பக்தியில்லாத இடத்தில் வெற்றி எப்படிக் கிடைக்கும்? பக்தியே பலம்" என்றான் ஜாம்பவான்.

6. இன்று போ; நாளை வா

ஆரம்பத்தில் நடந்த போரில் அதிகாயன் உட்பட உறவினர் களும் வேண்டியவர்களும் கொல்லப்பட்டதை அறிந்து தானே ஆயுதம் தாங்கி வந்தான் இராவணன். வானரப் படைகளின் நடுவே அலட்சியமாகப் போனான். சுக்கிரீவனை மயங்கச் செய்தான். வானரங்களை அஞ்சி ஓடச் செய்தான். பிரம்மா கொடுத்த சக்தி ஆயுதத்தை விபீஷணனின் மேல் விட்டான். லட்சுமணன் அதைத் தாங்கிக்கொண்டான்.

லட்சுமணன் ஆதிசேஷனின் அவதாரம் என்றாலும் மானிடப் பிறவியில் இருப்பதால் மயங்கினான். பத்துத் தலை அரக்கனுக்கு மகிழ்ச்சி. லட்சுமணனை இருபது கரங்களால் எடுக்கப் போனான் தூக்க முடியவில்லை. ஆச்சரியப்பட்டான்.

விஷ்ணுவின் வடிவத்தை அந்த அரக்கனால் எப்படித் தூக்க முடியும். அனுமன் இதைப் பார்த்து ஓடிவந்தான். இராவணனைத் தன் கையால் ஓங்கிக் குத்தினான். இராவணன் தடுமாறினான். வாயில் ரத்தம் கொப்பளிக்க அமர்ந்தான்.

மாருதி லட்சுமணனை லாவகமாகத் தூக்கிக்கொண்டு ராமனிடம் வந்தான். ராமன் தம்பியைத் தொட்டான். அவன் உடலிலிருந்த சக்திவேல் இராவணனிடம் போய்விட்டது. இராவணன் தேரில் ஏறி ராமனிடம் வந்தான்.

ராமன் அனுமனின் தோளில் ஏறினான். இராவணனைப் பார்த்து, "அரக்கனே நான் எல்லோரையும் சமமாகக் கருதுகி றேன். எனக்கு நீ அபசாரம் செய்தாய். வா என் எதிரே" என்றான். இராவணன் அனுமனைப் பாணத்தால் அடித்தான். பாணங் களால் தாக்கப்பட்ட அனுமன் மேலும் ஜொலித்தான்.

அடிபட்ட மாருதியைப் பார்த்ததும் ராமன் ஆவேசம் கொண்டான். பாணத்தை விட்டான்; அரைநிலா அம்பு ராவணனின் மகுடத்தை உடைத்தது. இன்னொன்று தேரை அழித்தது. அவன் யாதுமன்றித் தனியனாய் தரையில் நின்றான். இரக்க குணமுடைய ராமன், "ராவணா இப்போது சோர்வடைந்து விட்டாய். இன்று போய் நாளைவா. உன் மனதைத் தேற்றிக் கொள்ள அவகாசம் தருகிறேன். போ" என்றான்.

இராவணனுக்கு வெட்கம்; இதுவரை அடையாத அவமானம்; கர்வம் இழந்தான். ராமன் மாருதியிடம், "அன்பும் இரக்கமும் உடையவனே" நீ முன்பு எடுத்து வந்த மூலிகை மலையைக் கொண்டுவா. லட்சுமணனின் மயக்கம் தெளியும்" என்றான். உடனே அனுமன் புறப்பட்டான்.

அனுமன் மருந்துமலையை எடுக்கப் போகிறான் என்ற செய்தியை இராவணன் அறிந்தான். அவனுக்கு மாயவித்தையில் வல்லவனான காலநேமியின் நினைவு வந்தது. நடு இரவில் அவன் வீட்டிற்குப் போனான்.

இலங்கை வேந்தன் தனியாகத் தன்னைத் தேடி வந்ததைப் பார்த்த காலநேமி திகைத்தான். இராவணனைப் பார்த்து, "அரசே, என்னை அழைத்தால் வந்திருப்பேனே. என்ன செய்ய வேண்டும்" எனக் கேட்டான். இராவணன் "காலநேமி நீ ஒரு உதவி செய்ய வேண்டும். அயோத்தி ராமனுடன் போரிடும்போது என் சக்தி ஆயுதம் பட்டு லட்சுமணன் மயங்கிவிட்டான். அவனை மீட்க அனுமான் மூலிகை பெறச் செல்லுகிறான். உன் மாயத்தால் அவனைக் காலம் தாழ்த்தச் செய்வாய்" என்றான்.

இதைக் கேட்ட காலநேமி "கொற்றவனே. நான் உங்களின் நன்மையை எப்போதும் நாடுபவன். நடந்ததை அறிவேன். மாரீசன் முக்தியடைந்தது எதனால்? எனக்கும் அதுபோல் ஒரு நிலை ஏற்படப்போகிறது. சந்தேகமில்லை. ராமன் பரமாத்மா. இதை அறியாமல் கர்வத்தால் சூழப்பட்டிருக்கிறாய். இப்போது சீதையை விட மறுக்கிறாய். விபீஷணனிடம் நாட்டை ஒப்படைத்து விட்டு தவம் செய்யப் போ. எல்லோரும் பிழைக்கலாம்" என்றான்.

காலநேமி ராமனின் அவதார நோக்கத்தை விரிவாக விளக்கினான். "ஆகவே பேரரசே, ராம நாமத்தை தினமும் ஓதிப் பாவத்தைப் போக்கிக்கொள்" என்றான்.

7. காலநேமி இறந்தான்

காலநேமி பேசும்போது இராவணனால் பொறுமையாக இருக்க முடியவில்லை. முழுதும் கேட்க மனமின்றி ஆணவம்

அ.கா. பெருமாள்

தலைக்கேற எழுந்து நின்றான். "ஓ அற்பனே, தீயவனே. கேடுகெட்ட ஆன்மாவே. உன்னை உடனே கொல்லும் வலிமை எனக்கு உண்டு. நான் இலங்கை வேந்தன் என்பதை மறந்து பேசுகிறாயே: என்றாலும் உனக்கு ஒரு வேலை தருகிறேன். மருந்துமலையை எடுக்கப் பறந்து போகும் அனுமனைத் தடுத்துக் கால தாமதம் செய்ய சூழ்ச்சி செய்கிறாயா அல்லது என் கையால் சாகிறாயா, எது வேண்டும்" எனக் கேட்டான்.

காலநேமி சிரித்தான். "ராம பக்தனான மாருதியை நீ அறிய மாட்டாய். நான் அறிவேன். அவன் கையாலேயே சாவது உத்தமம். எனக்கு முக்தி கிடைக்கும்" என்று சொல்லிவிட்டு இராவணனது பதிலை எதிர்பார்க்காமல் போனான்.

காலநேமி இமயமலையின் நடுவிடத்தில் ஒரு ஆசிரமத்தை உண்டாக்கினான். துறவியாக அங்கே அமர்ந்தான். சீடர் சிலரையும் அழைத்துக்கொண்டான். அழகிய தோட்டத்தையும் சுனையையும் நிர்மாணித்தான். இந்தச் சமயத்தில் அனுமன் வான்வழி வந்தான். ஆசிரமத்தையும் தோட்டத்தையும் பார்த்தான்.

அனுமன் யோசித்தான். இப்படி ஒரு சோலையை நான் முன்பு பார்க்கவில்லையே; இது பிரம்மையா? சரி எப்படி யிருந்தாலும் சிறிது நேரம் இங்கே தங்கி இளைப்பாறுவோம். சுனையில் தாகத்தைத் தீர்த்துக் கொள்ளுவோம் என்று நினைத்து அந்த அழகிய சோலையில் நுழைந்தான். வடிவத்தை மாற்றிக்கொண்டான்.

ஆசிரமத்தில் முனிவர் வடிவிலிருந்த காலநேமியிடம் அனுமன், "நான் ராமதூதன். ராமர் காரியமாக சஞ்சீவி மலையை எடுக்கப் போகிறேன். தாகம் தீர்க்க உதவ வேண்டும்" என்றான். போலித் துறவி "என் கமண்டல நீரைப் பருகலாமே" என்றான். மாருதி எனக்கு இது காணாது; சுனையிலிருக்கும் இடத்தைக் காட்டுங்கள்" என்றான்.

காலநேமி பிரம்மச்சாரி ஒருவனைப் பார்த்து, சுனை இருக்கும் இடத்தை இவனுக்குக் காட்டு என்றான். அவன் முதலை இருந்த ஒரு சிறுகுளத்தை அனுமனுக்குக் காட்டினான். அனுமன் அதில் இறங்கி நீரைப் பருக ஆரம்பித்த போது கருத்த முதலை வந்தது. அனுமனைப் பிடித்து விழுங்க முயற்சித்தது. அனுமன் அந்த முதலையின் வாயைக் கிழித்துக் கொன்றான். முதலை அழகிய பெண்ணாக மாறியது.

அந்தப் பெண் பேச ஆரம்பித்தாள். "அனுமனே உன் வரவு நல்வரவாகுக. நான் தேவ உலகப்பெண். என் பெயர் தான்யமாலினி. ஒரு முனிவரின் சாபத்தால் இப்படியானேன். நீ எனக்கு சாப விமோசனம் கொடுத்துவிட்டாய். வீரனே இந்த

அத்யாத்ம ராமாயணம்

ஆசிரமத்தில் இருப்பவன் போலித்துறவி. இவனது உண்மை யான பெயர் காலநேமி. ராவணனின் ஏவலால் இவன் இங்கு வந்திருக்கிறான்; கவனம்" என்றாள்.

தானியமாலினி போனதும் போலித் துறவியிடம் வந்தான் அனுமன். காலநேமி அனுமனிடம் "நான் உனக்கு உபதேசம் செய்கிறேன். தட்சணை தா" என்றான். மாருதி "இதோ பிடித்துக்கொள்" எனச் சொல்லி ஓங்கி அவன் தலையில் அடித்தான் முனிவரின் வேடம் கலைந்தது. காலநேமி அனுமனைக் கொல்ல வந்தான்.

அனுமன் அவனைக் கொன்றுவிட்டு துரோண மலைக்கு வந்தான். மருந்து இருந்த பாறையைப் பெயர்த்துக்கொண்டு திரும்பினான். சுசேணனிடம் மூலிகைப் பாறையைக் கொடுத்தான். அவர் லட்சுமணனின் மூக்கில் மூலிகையைக் காட்டினார். லட்சுமணன் எழுந்தான். பிற வானரங்களும் எழுந்தனர்.

இந்த நேரத்தில் இராவணனின் அவையில் ஆலோசனைக் கூட்டம் நடந்தது. இராவணன் குரல் தாழ்த்திப் பேசினான். "நான் போரில் தோற்று அவமானப்பட்டு வந்திருக்கிறேன். இது என் பழைய சாபம். முன் ஒரு காலத்தில் ரகுவம்ச அரசன் ஒருவனுடன் போர் செய்தேன். அது நியாயமான போர் அல்ல. அநரண்யன் என்ற அந்த அரசன் இறக்கும்போது "அரக்கனே என் மரபில் வரும் ஒருவன் பரமாத்மாவின் அம்சமாகப் பிறப்பான். அவன் உன் உறவினர்களையும் நண்பர்களையும் அழிப்பான் என்று சாபமிட்டான்" என்றான்.

அவை அமைதியாயிற்று. யாரும் பேசவில்லை. இராவணன் தொடர்ந்து பேசினான். "கும்பகர்ணனை அழைத்து வாருங்கள்" என்றான். அவனும் வந்தான். ஆசனத்தில் அமர்ந்தான். ராவணன் "தம்பி கும்பகர்ணா, நான் சொல்வதைக் கேள். எனக்கு பெரும் துன்பம் வந்துவிட்டது. தசரத குமாரன் வானரப் படைகளுடன் நம் நகரக்கோபுரவாசலில் நிற்கிறான். அவன் நம் உறவினர் பலரைக் கொன்றுவிட்டான். மரணம் என்னை நெருங்கி வருகிறது. நீ பகைவரைக் கொன்று வருவாய்" என்றான்.

கும்பகர்ணன் ராவணனைப் பார்த்துக் கோபத்துடன் பேச ஆரம்பித்தான். "நான் முன்பே உனக்கு அறிவுரை சொன்னேன்; கேட்கவில்லை. இப்போது அதன பலனை அனுபவிக்கிறாய். இந்த ராமன் மானுடன் அல்லன். பரம்பொருள்; சீதா லோகமாயா. பழைய விஷயம் ஒன்றைச் சொல்லுகிறேன் கேட்பாய்.

ஒருமுறை நான் கானகம் வழி சென்றுகொண்டிருந்தேன். அப்போது நாரதரைச் சந்தித்தேன். அவர் 'கும்பகர்ணா. நான்

தெய்வலோக சபையில் இருந்தேன். அப்போது தேவர்கள் பேசிக்கொண்டார்கள். ராவணனைக் கொல்லப் பரம்பொருள் அவதாரம் செய்யப்போகிறார்' என்றார். இந்த விஷயம் தெரிந்ததனால்தான் நான் முன்பு உன்னை எச்சரித்தேன். நீ கேட்கவில்லை. இப்போதும் காலம் கடக்கவில்லை. ராமனைப் பணிந்து சரணாகதி அடையலாம். பக்தியுடன் நினைந்து ராமனைப் பணிந்து முக்தியடைவாய்" என்றான்.

8. கும்பகர்ண வதை

கும்பகர்ணனின் பேச்சு ராவணனுக்கு எரிச்சலைத் தந்தது. கோபத்தை அடக்கிக்கொண்டு பேசினான். "கும்பகர்ணா உன்னிடம் உபதேசம் கேட்க உன்னை நான் அழைக்கவில்லை. எனக்கு உதவ முடிந்தால் வா; இல்லை என்றால் வழக்கம் போல் உறங்கப் போ. எப்போதும் தூங்குபவரிடம் என்ன யோசனை கேட்க முடியும்" என்றான்.

கும்பகர்ணன் "அண்ணாவே விதியை வெல்ல முடியாது. நாரதர் சொன்னபடி நடக்கப்போகிறது. என்னால் இதைத் தடுக்க முடியாது. விதி வலிமையானது. ராமன் கையால் சாகப் போகிறேன். இல்லை முக்தியடையப் போகிறேன்" இப்படியாகப் பேசிவிட்டுத் துக்கத்துடன் தலை குனிந்தபடி இராவணனின் சபையை விட்டு வெளியேறினான்.

கும்பகர்ணன் ஆயிரம் யாளிகள் பூட்டிய தேரில் ஏறினான். அவன் போர்க்களத்துக்குச் சென்ற காட்சி பெரிய மலை ஒன்றிற்கு இரண்டு சிறகுகள் முளைத்ததுபோல் இருந்தது. அவன் களத்தில் புகுந்து வானரங்களைக் கையாலேயே கொன்றான். இந்தச் சமயத்தில் விபீஷணன் கும்பகர்ணனிடம் வந்தான்; அண்ணனின் பாதங்களைத் தொட்டு வணங்கினான்.

விபீஷணன் தழுதழுத்த குரலில் "அண்ணா! நான் உங்களுக்குப் பிடித்தமான தம்பி அல்லவா. உங்களைப் போலவே நானும் ராவணனுக்கு அறிவுரை சொன்னேன். அவன் வாளால் என்னை வெட்ட வந்தான். பின்னர் மனம் மாறி உன்னைக் கொல்லாமல் விடுகிறேன் ஓடிப்போ என்றான். அதனால் நான்கு மந்திரிகளுடன் ராமனிடம் சரணடைந்துவிட்டேன்" என்றான்.

கும்பகர்ணன் தம்பியைக் கட்டிக் கொண்டான். சோகத்துடன் "தம்பி, கடைசியில் நம் குலம் விளங்க நீ மட்டும்தான் உயிருடன் இருக்கப்போகிறாய். நாரதர் சொல்லியிருக்கிறார். நீ ராமனை முழுதுமாய் சரணடைந்துவிடு. நான் போர் வெறியில் இருக்கிறேன். யாரைக் கொல்வேனென்று எனக்கே தெரியாது. உயிர் பிழைக்க ஓடிப் போய்விடு" என்றான்.

அத்யாத்ம ராமாயணம்

விபீஷணன் அண்ணனின் பேச்சைக் கேட்டு மிகுந்த துக்கமடைந்தான்; ராமனிடம் வந்தான். கும்பகர்ணன் வானர வீரர்களைக் கையாலும் காலாலும் அடித்துக் கொன்றான். வானர வீரர்கள் அஞ்சி ஓடினார்கள். ராமன் பார்த்தான்; இனியும் தாமதித்தால் சுக்கிரீவனின் படை வீரர்கள் நம்பிக்கை இழப்பார்கள் என்று நினைத்தான்.

ராமன் புனிதமான வாயு அஸ்திரத்தை கும்பகர்ணனின் வலது கையைக் குறிவைத்து அடித்தான். அந்தக் கை பூமியில் விழுந்தது. ஆனால் அவன் இடது கையில் பெரிய சாலமரத்தை ஏந்தி வந்தான். ராமன் அந்தக் கையின் மேல் இந்திர பாணத்தை விடுத்தான். அந்தக் கையும் விழுந்தது. பின் அவனது இரண்டு கால்களையும் துணித்தான்.

முண்டமாய் அவன் தரையில் உருண்டான். வானரங்களை நசுக்கினான். ராமர் அவனது தலையைக் குறி பார்த்து இந்திர பாணத்தை விட்டான். அது சூரியன் வேகமாய் ஓடுவது போல் சென்று கும்பகர்ணனின் தலையை அறுத்துக் கடலில் வீழ்த்தியது.

கும்பகர்ணன் இறந்துவிட்டான் என்பதைப் பார்த்த பின்பும் வானர வீரர்களுக்குப் பயம் போகவில்லை. ராமன் அவர்களை அழைத்துப் பயம் போக்கினான். இந்தச் சமயத்தில் நாரதர் வானத்திலிருந்து ராமனை வாழ்த்தினார். இந்த வாழ்த்து வானரத் தலைவர்களுக்குத் தைரியத்தைக் கொடுத்தது.

நாரதர் சொன்னார், "அய்யனே உன் புனிதமான பெயரை உச்சரிக்கும்போது பாவம் கரைகிறது. மூவுலகிலும் நான் அலைந்துகொண்டிருக்கிறேன். இதனால் கிடைத்த அனுபவத்தால் சொல்லுகிறேன். ராமனே, உன் பெயர் எங்கும் பேசப்படுகிறது. நாளைக்கு நடக்கப் போகும் போரில் லட்சுமணன், ராவணனின் மகன் இந்திரஜித்தை வதைக்கப் போகிறான். அடுத்த நாள் போரில் ராமன் ராவணனைக் கொல்லுவான்" என்றார்.

கும்பகர்ண இறந்த செய்தியைக் கேட்ட இராவணன். துக்கமும் அவமானமும் மேலிட அழுதான். கதறினான். அருகிலே நின்ற இந்திரஜித்து தந்தைக்கு ஆறுதல் கூறினான். "உலகையே உன் காலடியில் கொண்டு வந்தவனே, நீ தளர்ச்சியடையலாமா? இந்திரனையே சிறையில் வைத்தவன் நான். சஞ்சலம் அடையலாமா? தேவர்களின் பகைவனே மனக்கலக்கத்தை விட்டுவிடு" என்றான்.

இந்திரஜித் நிகும்பலை யாகம் செய்யப் போனான். அந்த யாகம் முடிந்தால் அபூர்வமான தேரும் ஆயுதங்களும் பெற முடியும். அதன் பிறகு இந்திரஜித்தை யாரும் ஜெயிக்க

முடியாது. இந்த விஷயம் அவனுக்குத் தெரியும். சிவப்பு ஆடை, சிவப்பு மாலை, சிவப்பு சந்தனம் என்னும் அலங்காரத்துடன் யாகம் செய்யப் போகும் செய்தி விபீஷணனுக்குக் கிடைத்தது.

ராமனிடம் விபீஷணன், "பரம்பொருளே ராவணனின் மகன் நிகும்பலை என்னும் யாகத்தைச் செய்யப்போகிறான். இது நல்லபடியாக முடிந்தால் யாரும் வெல்ல முடியாத சக்தியைப் பெற்றுவிடுவான். அதனால் அவனை வெல்ல ஒரேவழி இந்த யாகத்தை அழிப்பது" என்கிறான்.

விபீஷணன் மேலும் கூறினான் "பரம்பெருளே 12 வருஷங்கள் கடும் விரதம் காக்கும் லட்சுமணனால் மட்டுமே மேக நாதனை வெல்ல முடியும். இது முன்பே முடிவு செய்யப்பட்ட ஒன்று. லட்மணனை அனுப்புங்கள்; இந்திரஜித்துவின் யாகத்தை அழித்துவிடுவான்" என்றான்.

9. இந்திரஜித்து இறந்தான்

விபீஷணன் பேசுவதைப் பொறுமையாகக் கேட்ட ராமன் தம்பியைத் திரும்பிப் பார்த்தான். "சுமத்திரையின் மைந்தனே நீ அனுமான், ஜாம்பவான் ஆகிய இருவருடனும் வீரர்களுடனும் செல்லுவாய். அரக்கர்களின் தந்திரங்களை அறிந்த விபீஷணன் உன்னுடன் வருவான். காரியத்தைச் சரியாக முடித்துவா" என்றான்.

லட்சுமணன் ராமனின் கட்டளையைத் தலைமேல் ஏற்று அனுமன், ஜாம்பவான் மற்றும் வீரர்களுடன் புறப்பட்டான். நிகும்பலை யாகம் நடக்கும் இடத்தைக் கண்டுபிடித்தான். வானர வீரர்கள் யாககுண்டத்தை அழித்தனர். ஆரவாரம் செய்தனர். பெரும் குழப்பத்திற்கு இடையே மேகநாதனுக்கு நிம்மதியாகப் போர் செய்ய முடியவில்லை.

இந்திரஜித் லட்சுமணனின் முன்னே வந்தான். "ஏய் மானிடனே! நீ பல்லை இளிக்கும் குரங்குகளுடனும் ஊளை யிடும் கரடிகளுடனும் வந்திருக்கிறாய்" என் வீரத்தை நேரில் பார் என்று கர்ஜித்தான். பின் விபீஷணனைப் பார்த்து "குலத்துரோகியே என் தந்தையின் ஆதரவில் வாழ்ந்தவன் நீ. துச்சமாக நான் மதிக்கும் மானுடனிடம் தஞ்சம் அடைந்தவனே. நான் உன் மகன். என் யாகத்தைக் கெடுக்க வந்திருக்கிறாய்" என்றான்.

மேகநாதன் தேரின்மேல் ஏறி லட்சுமணனைக் குறிவைத்து பாணத்தை விட்டான். லட்சுமணன் அதை எளிதாகத் தகர்த்துவிட்டு மேகநாதன்மேல் நூற்றுக்கணக்கில் பாணங்கள் எய்தான். இருவரும் தொடர்ந்து போர் செய்தனர். ராமனை

நினைத்து இந்திரபாணத்தை விட்டான் லட்சுமணன். அது அக்னியைப் போல் வேகமாகப் போனது. முத்துமாலைகளையும் குண்டலங்களையும் அணிந்த மேகநாதனின் உடலில் பாய்ந்தது.

இந்திரஜித்து தரையில் சாய்ந்தான். தேவர்கள் ஆரவாரம் செய்தனர். எனக்கு இனிப் பகைவர்களே இல்லை என இந்திரன் சங்கநாதம் செய்தான். இராவணன், மகன் இறந்த செய்தியைக் கேட்டான். தாங்க முடியாத துக்கத்தால் வாளை எடுத்தான். துக்கம் கோபமானது. இனி சீதையைக் கொன்று ராமனைப் பழிவாங்குவேன் என்றான்.

அந்த நேரத்தில் சுபார்தவன் என்ற மந்திரி, "அரசே பெண்பாவம் பொல்லாதது. உன்னைப் போன்ற உயர்குடி வீரனுக்கு இது நல்லதல்ல. வீரமுமல்ல. நாம் எஞ்சிய வீரர்களுடன் செல்வோம். ராமனை வெல்வோம். சீதை இயல்பாகவே சீர்குலைவாள்" என்றான். இராவணன் "சரி நீ சொன்னபடி செய்வோம்" என்றான்.

10. மண்டோதரி பட்ட அவமானம்

இராவணன் தன் மந்திரிகளுடன் ஆலோசித்தான். ஒரு மந்திரி எஞ்சியிருந்த வீரர்களைத் திரட்டிக் கட்டாயப்படுத்திப் போருக்கு அனுப்பலாம் என்றான். வீரர்கள் மரணதண்டனைக் கைதிகள் போல் போருக்குச் சென்றனர். இராவணன் தன் வீரர்களுக்கு முன்னே நின்று பாணங்களை விட்டான். ஆனால் ராமனின் முன்னே நிற்க முடியவில்லை. அவனது மகுடமும் ஆயுதங்களும் கீழே விழுந்தன. வெட்கப்பட்டு மாயமானான் இராவணன்.

இராவணன் சுக்கிராச்சாரியாரிடம் போனான். பாதங்களில் விழுந்தான். கைகூப்பினான். "குருவே தசரத குமாரன் என் உறவினர்களைக் கொன்று குவித்துவிட்டான். எனக்கு ஏன் இத்தனை துன்பம்" எனக் கேட்டான்.

சுக்கிரர் "கவலைப்படாதே ராவணா. நான் ஒரு மந்திரத்தைச் சொல்லுகிறேன் கேள். வேள்வி செய்து அந்த மந்திரத்தை உச்சரிப்பாய். யாகக் குண்டத்திலிருந்து தேர், வில் குதிரை, அம்புக்கூடு, பாணங்கள் எல்லாம் வரும். அவற்றைத் தாங்கி போர் செய்யப் போ, வெற்றி கிடைக்கும்" என்றார்.

இராவணன் சுக்கிரர் சொன்னபடி செய்யத் தயாரானான். அரண்மனைக்குள்ளேயே பாதாளக் குகை ஒன்றை ஏற்படுத்தி அதனுள்ளே போனான். யாகம் செய்தான். குகைக்கு வெளியே

பலமான காவல் இருந்தது. யாகத் தீயிலிருந்த புகை அரண்மனை ஜன்னல் வழி வானத்தில் பறந்தது. அது என்ன யாகம் என்பதை வாசனை வழி அறிந்தான் விபீஷணன்.

ராமன் செய்தி அறிந்தான். யாகத்தைத் தடுக்க வேண்டும் என்றான். சுக்கிரீவன் தலைமையில் வானர வீரர்கள் சென்றனர். அங்கதன், ஜாம்பவான், அனுமன் போன்றோர் யாகசாலையைக் கண்டுபிடிக்க அலைந்தனர். காவல் இருந்த வீரர்களை விரட்டினர். ஆனால் குகை வாசலைக் கண்டுபிடிக்க முடியவில்லை.

அங்கதன் சுற்றிச் சுற்றி வந்தான். அப்போது விபீஷணனின் மனைவி சரமை குகைவாசலின் வழியைச் சைகையால் அடையாளம் காட்டினாள். உடனே அங்கதன் அந்த வழியைக் கண்டுபிடித்தான். வாசலை உடைத்தான்.

எல்லா வானர வீரர்களும் யாகக் குழியில் மண்ணையும் கல்லையும் விட்டெறிந்தனர். யாகப் பொருட்களைத் தரையில் கொட்டினர். கண்ணை மூடித் தியானம் செய்துகொண்டிருந்த ராவணனின் முதுகில் அனுமன் அடித்தான். ராவணனோ தியானத்தைக் கலைக்க விரும்பவில்லை. அப்படியே இருந்தான். அவன் மனம் ஒன்றி இருந்ததால் அவன்மீது பட்ட அடிகள் வீணாயின. அங்கதன் வேறு வழியை யோசித்தான்.

அந்தப்புரத்துக்குப் போனான் அங்கதன். மண்டோதரியைப் பிடித்து இழுத்து வந்தான்; இராவணன் முன்னே நிறுத்தினான். இரத்தினங்கள் பதித்த அவளது மார்புக் கச்சையைக் கிழித்தான். ஒரு குரங்கு அவளது ஆடையைக் கிழித்தது. அவளது ஆபரணங்கள் சிதறின. இதற்கிடையில் வானர வீரர் சிலர் ராவணனின் சிறையிலிருந்த தேவ மகளிரை விடுவித்து மண்டோதரி முன்னே நிறுத்தினர்.

மண்டோதரி சப்தமிட்டு அழுதாள். இராவணனைப் பார்த்துப் பேசினாள். “வீரனே அடுத்தவன் மனைவியை அடைய யாகம் செய்கிறாயே. உன் சொந்த மனைவி அவமானப்படு கிறேன். பார்க்கவில்லையா. இப்போது எப்படி நடக்க வேண்டும் என்று அறியாமல் மனத்தை ஒருங்குகூட்டி தியானம் செய்கிறாயோ? கோழையாகிவிட்டாயா? இந்தக் குரங்குகள் செய்வதைப் பார் பேரரசிக்கு வந்த அவமானத்தைப் பார். நான் உயிரை விட்டு என் மானத்தைக் காப்பாற்றி விடுவேன். நீ மாளாத பழியைப் பெறுவாய். மூவுலகிலும் உனக்குப் பகையே இல்லை என்றாயே. ஒரு குரங்கு என் மார்புக் கச்சையை உன் முன்னே அவிழ்த்துவிடுவதைப் பார். என்ன செய்யப்போகிறாய்?” என்று சொல்லிக் கதறினாள்.

மண்டோதரியின் பேச்சு இராவணனின் தியானத்தைக் கலைத்துவிட்டது. அங்கதன் மீது பாய்ந்தான். அனுமன் அதைத் தடுத்தான். ஆனால் இராவணனுடன் போர் செய்ய அவர்கள் விரும்பவில்லை; அவன் யாகத்தைச் செய்யவிடாமல் தடுக்க வேண்டும். அது நடந்துவிட்டது. வானர வீரர்கள் யாகம் நடந்த இடத்திலிருந்து வேகமாகச் சென்றுவிட்டனர். ராமனிடம் நடந்த செய்தியைச் சொன்னார்கள்.

கலங்கிப்போய் கையற்று நின்ற மண்டோதரியிடம் இராவணன் பேசினான். "எனக்குப் பிடித்தமானவளே, நான் சொல்வதைக் கேள். உலக பந்தத்தை விட்டு முக்திக்கு வழி தேடு. இந்த உயிர் தெய்வீகமானது. அஞ்ஞானம் வழி வந்தது சோகம். இதுவே பணம், இடம், மனைவி, புதல்வர் மூலம் பந்தத்தை உருவாக்குகிறது. அன்புடையவளே! நான் யுத்தத்தில் வெற்றி பெறுவேன். அல்லது ராமன் கையால் வீர உலகம் அடைவேன். நான் இறந்த பின் நெருப்பில் பாய்ந்து உயிரை விட்டுவிடு" என்றான்.

இராவணனின் பேச்சைக் கேட்ட மண்டோதரி, "என் நாதனே நான் சொல்வதைக் கேள். நீ ஒருபோதும் ராமனைக் கொல்ல முடியாது. ராமனுக்கு முந்திய அவதாரங்கள் பல உண்டு. மச்ச அவதாரத்தில் ஸோமுகாகரன் என்ற அரக்கனைக் கொன்றார். பாற்கடலைக் கடைந்தபோது மந்திரகிரி மலையைக் கூர்ம அவதாரம் எடுத்துத் தாங்கினார்.

இவர் வராக அவதாரம் எடுத்தபோது ஹிரண்யாட்சனைக் கொன்றார். இவரது தம்பி ஹிரண்யசிபுவை நரசிம்மனாக வந்து கொன்றார். இந்த நான்கு அவதாரங்களிலும் இவர் தாயின் வயிற்றில் பிறக்கவில்லை. காசியபருக்கும் திதிக்கும் பிறந்தவர் தலன் மகாபலியைக் கொன்றார். பரசுராமரும் இவரது அவதாரமே. இப்போது தசரத குமாரனாக வந்திருக்கிறார்.

இப்படியாக அவதரித்தவரின் மனைவியைக் கவர்ந்து தவறு செய்துவிட்டாயே. நம் உறவினர்கள் எத்தனை பேர் இறந்துவிட்டனர். அரசே நீ வைதேகியை ராமனிடம் சேர்பித்துவிடு. விபீஷணன் நாட்டை ஆளட்டும். நாம் தவம் செய்ய வனம் செல்வோம். வைகுண்டம் போவோம். இதனால் நீ நல்ல பேரைப் பெறுவாய்" என்றாள்.

ஐந்து கன்னியரில் ஒருத்தியாக எல்லோரும் பாராட்டும் தகுதியுடைய மண்டோதரி இப்படிப் பேசியதைக் கேட்ட ராவணன், "நல்ல குணமுடையவளே, என் உள் மனதில் இருப்பதைச் சொல்லுகிறேன் கேள். நீ சொன்னபடி வனத்தில் சென்று தவம் புரிந்து உயர் கதி அடையலாம். ஆனால் இத்தனை உறவினர்களை இழந்தபின் தவம் செய்ய மனம் இடம் தருமா?

அதனால் ராமனுடன் போரிட்டு முக்தியை அடையப் போகிறேன். ராமன் விஷ்ணுவின் அம்சம் என்பதையும் சீதை மாய வடிவத்தில் இருப்பவள் என்பதும் அறிவேன். உன்னையும் விட்டுப்போகப் போகிறேன்" என்றான்.

11. இராவணன் வீழ்ந்தான்

ராவணன் மண்டோதரியிடம் பேசிய பின் மனம் தெளிவடைந் தான். வீரனுக்குரிய இடத்தை அடையப் போகிறோம் என்ற ஆணவம் கலந்த மகிழ்ச்சி அவனிடம் நிலவியது.

போர்த் தளவாடங்களுடன் அவன் புறப்பட்டான். அவன் யுத்த களத்தில் அனுமனை முதலில் சந்தித்தான். ராவணனை அனுமன் பார்த்ததும் கோபத்தால் தன் கையால் ஓங்கி அடித்தான். ராவணன் அப்படியே சாய்ந்துவிட்டான். மயக்கமானான். கொஞ்ச நேரத்தில் எழுந்தான்.

அனுமன் "அரக்கனே என் மார்பில் குத்து; நான் தாங்குகி றேன். பின் இருவரும் சண்டை போடலாம்" என்றான். ராவணன் தன் வலிமையான கரத்தால் அனுமனைக் குத்தினான். அனுமன் அதைத் தாங்கிக்கொண்டான். இராவணன் அதன் பிறகு அனுமனுடன் போரிட விருப்பப்படாமல் போய்விட்டான்.

இராவணனின் எஞ்சிய பெரிய வீரர்கள் சுக்கிரீவனின் படையை நோக்கி வந்தனர். அனுமன், அக்கினி வாணன், அங்கதன், சர்ப்பரோமன், நளன், கட்கரோமன், நீலன், விருச்சிகன் ஆகியோர் தனித்தனியே போர்புரிந்தனர். அரக்கர்களை யமபுரம் அனுப்பிவிட்டு எல்லோரும் ராமனிடம் வந்தனர். அப்போது ராமன் ராவணனுடன் போரிடத் தயாராகிக் கொண்டிருந்தான்.

ராமன் வெறும் தரையில் நின்றுகொண்டிருந்தான். ராவணன் தேரின்மேல் நின்று போர் செய்தான். இந்தக் காட்சியைத் தேவருலகில் நின்று பார்த்துக்கொண்டிருந்த இந்திரனுக்குப் பொறுக்கவில்லை. தன் சாரதியை அழைத்தான். "மாதலி பச்சை நிறமுடைய குதிரை பூட்டிய தேருடன் இலங்கைக்குப் போ. ராமனைத் தேரில் ஏற்று; ரத சாரதியாக இரு" என்றான். அவனும் இலங்கை வந்தான்.

மாதலி ராமனிடம் "பிரபுவே இது இந்திரனின் தேர்; இதில் ஏறி இராவணனை எதிர்ப்பாய். அழகான வில், பளபளப்பான கத்தி, இரண்டு அம்புக்கூடுகள், ஆகியவற்றை உனக்கு இந்திரன் அனுப்பியிருக்கிறான்" என்றான். ராமன் அவற்றைப் பெற்றுக்கொண்டு தேரில் ஏறினான்.

அத்யாத்ம ராமாயணம்

ராம இராவண யுத்தம் தொடங்கியது. ராமன் சரமழை போல் பாணங்களை விட்டான். சர்ப்பம், அக்கினி, பிறைச்சந்திரன் எனப் பல வடிவங்களைக் கொண்ட பாணங்களை விட்டான். போர்க்களம் பாணங்களின் கூடாரமாய் விளங்கியது.

சீதையின் மணாளன் தன்னை சர்ப்ப ஆயுதங்கள் சூழ்ந்து நிற்பதைப் பார்த்து கருட வடிவ ஆயுதத்தை விட்டான். ராவணனின் பொன்னிறக் கொடியை அறுத்தான். அவன் தலையைக் குறிவைத்துப் பாணத்தை விட்டான். பனம்பழம் போல் தலை கீழே விழுந்தது. ஆனால் உடனேயே அந்தத் தலை முளைத்தது. நூறு பாணம் விட்டான் ராமன். தலைகள் முளைத்துக்கொண்டே இருந்தன. உயிர் போகவில்லை.

ராமன் திகைத்தான். அருகே இருந்த விபீஷணன், "ரகுதேவா, இவன் தலைகளும் கைகளும் வெட்டுப்பட்டாலும் வளர வேண்டும் என்று பிரம்மாவிடம் வரம் வாங்கி இருக்கிறான். இவனது நாபிக்கமலத்தின் கீழ் ஒரு அமுதக் கலசத்தில் இவன் உயிர் இருக்கிறது. நெருப்புப் பாணத்தை அதன் மேல் ஓடவிட்டால் கலசம் வற்றும். இவன் மரணிப்பான்" என்றான்.

ராமன் அப்படியே செய்தான். ராமபாணம் ராவணனின் நாபியைக் குறிவைத்துத் தாக்கியது. அமுதக் கலசம் சிதைந்தது. தொடர்ந்து தலையை அறுத்தான். இதைப் பார்த்த ராவணன் தன் ரகசியத்தை ராமனுக்குச் சொன்ன விபீஷணன் மீது சக்தி ஆயுதத்தை விட்டான். ராமன் வலிமையான ஒரு பாணத்தால் அதை அப்புறத்தில் விழச் செய்தான்.

சாரதி மாதலி, "ராகவனே இவனை வதை செய்ய பிரம்மாஸ்திரத்தை 'ஏவுங்கள். இவன் தலையைக் குறிவைக்க வேண்டாம். அதனால் அழிய மாட்டான். உடல் சதை பிளக்கப்பட்டால் இவன் சாவான்" என்றான். ராமன் பிரம்ம பாணத்தை விட யோசித்தான். அது சூரியனை விட வெம்மை யானது. இதன் நுனியின் இருபுறமும் நெருப்பு வீசும். அதைக் கையில் எடுத்து ஜெபித்து ராவணனின் மர்மப் பகுதியில் குறிவைத்து அடித்தார்.

அந்தப் பாணம் புறப்பட்டபோது ஐம்பெரும் பூதங்களும் நடுங்கின. பூமி ஆடியது. அது நெருப்பை உமிழ்ந்துகொண்டே சென்றது. ராவணனின் மார்பில் தாக்கியது. இதயத்தைப் பிளந்தது. அவனது உயிரைக் குடித்தது. பின்னர் பாற்கடலில் மூழ்கி ராமனின் அம்புக்கூட்டை அடைந்தது.

இராவணனின் உடல் மலைபோல் மண்ணில் விழுந்தது. அரக்கர்கள் அதைக் கண்டு மயக்கமுற்றனர்; அஞ்சி ஓடினர். தேவர்கள் துந்துபியை முழங்கி ராமனின் புகழ் பாடினர்.

அ.கா. பெருமாள்

அப்சரப் பெண்கள் நடனமாடினர். இராவணனின் உடலிலிருந்து ஒரு ஒளி கிளம்பி எல்லோரும் பார்க்கும்படி ராமனிடம் வந்து சேர்ந்தது. தேவர்கள் ஆச்சரியப்பட்டனர்.

நாரதர் வானத்திலிருந்து பேசினார். "தேவர்களே நீங்களெல்லாம் தத்துவார்த்தத்தை நம்பியவர்கள். ராவணனோ அந்தரங்கத்தில் ராமனைப் பூசித்தவன். வெளியில் பகையைக் காட்டிக் கொண்டான். ராமனால் மரணமடைய வேண்டும் என விரும்பினான். இதை மண்டோதரிக்கு மட்டும் சொல்லி யிருந்தான். கடைசியாக அவன் விரும்பியது நடந்துவிட்டது. பந்தங்களிலிருந்து விடுபட்டுவிட்டான். ராமனின் ஸாயுஜ்ய பதவியை அடைந்துவிட்டான்" என்றார்.

12. நெருப்பில் குதித்த சீதை

இராவணன் வீழ்ந்த சில நொடிப்பொழுதில் போர்க்களம் அமைதியானது. அனுமன், சுக்கிரீவன், அங்கதன் என எல்லோரும் ராமனின் அருகில் வந்தனர். அமைதியாக நின்றனர். வெற்றி ஆரவாரமோ மகிழ்ச்சியால் எழும் கோஷமோ எழவில்லை.

ராமன் நிசப்தத்தைக் கலைத்துவிட்டுப் பேசினான். "வீரர்களே உங்கள் உதவியால்தான் இராவணனை வதை செய்தேன். இந்த நிகழ்வு சந்தர சூரியர் இருக்குமட்டும் பேசப்படும். என்னுடன் இணைந்த உங்களின் வரலாறும் இசைவடிவாய் பாடப்படும்" என்றான்.

ராமன் இப்படியாகப் பேசிக்கொண்டிருக்கும்போது இராவணனின் அந்தப்புரத்திலிருந்து மண்டோதரி அழுது கொண்டு வந்தாள். மலைபோல் கிடந்த ராவணனின் உடல்மேல் விழுந்தாள். விம்மினாள். அழுதாள். கலங்கி நின்றாள்.

ராமன் லட்சுமணனை அழைத்தான். "தம்பி, விபீஷணனை சமாதானப்படுத்து. இராவணன் பெருவீரன். உரிய மரியாதை யுடன் அடக்கம் செய்ய வேண்டும். அந்தப்புரத்துப் பெண்களை யும் சமாதானப்படுத்து" என்றான்.

இலட்சுமணன் விபீஷணனிடம் வந்தான் புலம்பிக் கொண்டே மண்தரையில் கிடந்த அவனை எழுப்பினான். "விபீஷணா யாரைப் பற்றிக் கவலைப்படுகிறாய்? இராவணனும் நீயும் என்ன உறவு? இந்தப் பிறவிக்கு முன்பு நீங்கள் யாவர்? தொடர்ந்து வரும் பிறவிகளில் உங்களுக்குள் தொடர்பு இருக்கப்போகிறதா?

தண்ணீர் பெருக்கெடுக்கும்போது வெள்ளத்தினூடே மணல் செல்லுவது போல் மனிதர்கள் கர்மத்தின்படி சேர்க்கையையும்

பிரிவையும் அடைகிறார்கள். உடம்பின் வினைக்கேற்ப இன்னொரு உடம்பு உண்டாகாது.

விபீஷணா, மயக்கத்தை விட்டுவிடு. ஐம்பெரும் பூதங்களின் வடிவாக இருக்கும் ராமரிடம் மனதைச் செலுத்து. நால்வகைப் படைகளும் நாடு, செல்வம், பொன் எல்லாம் கருமபலத்தால் வருபவை. இவை தோன்றியது மாதிரி இல்லாமல் ஆகிவிடும். உலக பந்த உறவுகளின் தொடர்பின்றி இந்த நாட்டைப் பராமரிக்க வேண்டும்.

விபீஷணா மிகச் சிறந்த படிப்பாளியும் இசைக்கலைஞனும் மாபெரும் வீரனுமான இராவணன் இறந்துவிட்டார். இவருக்கு நெறிப்படி செய்ய வேண்டிய காரியங்களைச் செய்வாய்" என்றான். லட்சுமணன்.

விபீஷணன் கலக்கமும் துக்கமும் மேலிட, "பிரபுவே, கருணையில்லாதவனும் அறத்தை விட்டவனும் பிறன்மனை விரும்பியவனுமான என் அண்ணனுக்குச் சடங்குகள் செய்வது நல்லதா? மயக்கத்துடன் கலக்கமாய் இருக்கிறேன்" என்றான்.

லட்சுமணன் பதில் பேசவில்லை. ராமனே விபீஷணனைப் பார்த்து, "பகை என்பது ஒருவரின் இறப்பு, வரைதான். நாம் ராவணனிடம் கேட்டதும் அவன் மறுத்ததும் அவன் மரண மடைந்ததும் முடிந்துவிட்டது. மரணம் பகையை விலக்கும். வெறுப்பை மாற்றிவிடும். நீயே அவனுக்குக் கர்மம் செய்" என்றான்.

விபீஷணன் மனம் தெளிந்தான். மண்டோதரிக்கு நல்ல வார்த்தை சொல்லி சமாதானப்படுத்தினான். இறந்தவர் போக எஞ்சிய உறவினர்களை ஒன்று கூட்டினான். இராவணனுக்கு இறப்புச் சடங்குகளை முறையாக நடத்தினான். பிணத்தை எரியூட்டினான். எல்லாம் முடிந்த பின் ராமனிடம் வந்தான். அப்போது இந்திரனின் தேரோட்டி மாதலி ராமனிடம் விடை பெற்றுக்கொண்டிருந்தான்.

ராமன் லட்சுமணனிடம், "நான் முன்பே விபீஷணனுக்கு இலங்கையைக் கொடுத்துவிட்டேன். இப்போது நீ முறைப்படி மகுடம் சூட்டி அரியணையில் அமர்த்திவிட்டு வா" என்றான்.

ராமரின் கட்டளையை ஏற்ற லட்சுமணன், ஜாம்பவான், சுக்கிரீவன் எனச் சிலரை அழைத்துக்கொண்டு லங்காபுரி நகருக்கு வந்தான். சாத்திரம் அறிந்த பிராமணர்களைக் கொண்டு முறைப்படி சடங்குகள் செய்து விபீஷணனுக்கு முடி சூட்டினான்.

மந்திரிகளும் படைத்தலைவர்களும் அரசனுக்குக் காணிக்கை படைத்தனர். நகர மக்கள் கூடி வாழ்த்தொலி

எழுப்பினர். இந்தச் செய்திகளை எல்லாம் கேள்விப்பட்ட ராமன் மிகுந்த சந்தோஷப்பட்டான்.

ராமன் சுக்கிரீவனிடம், "கிட்கிந்தை அரசனே இலங்கையை விபீஷணன் பெற நீ செய்த உதவியை மறக்க முடியாது" என்றான். அருகில் நின்ற மாருதியிடம், "மாருதி இலங்கை அரசன் அனுமதியுடன் அசோகவனத்துக்குப் போ. சீதையைச் சந்திப்பாய். இராவணன் அழிந்ததைச் சொல்லு. அவளது பதிலை என்னிடம் சொல்" என்றான்.

புத்திமானாகிய வாயுவின் மைந்தன் அரக்கர்களின் உதவியுடன் அசோகவனம் சென்றான். மெலிந்தும் வற்றிப் போன உடம்பும் எல்லோரும் வணங்க ஆசைப்படும் தோற்றமும் கொண்ட சீதையைக் கண்டான். அவளைச் சுற்றி அரக்கிகள் இருந்தனர். அனுமன் அவளைக் குனிந்து வணங்கினான்.

சீதைக்கு அனுமனைப் பார்த்ததும் பேச முடியவில்லை. அதை மவுனம் என்று சொல்ல முடியாது. பழைய நினைவுகள், சந்தோஷம் என்னும் கலவை உணர்வால் முக மலர்ந்தாள். அனுமன், "அம்மா, இராவணன் கொல்லப்பட்டான். ராமன் நலமாக இருக்கிறான். விபீஷணனுக்கு முடிசூட்டு நிகழ்வு முடிந்துவிட்டது. எல்லாம் உங்களுக்கு அறிவிக்க ராமன் என்னை அனுப்பினான்" எனறான்.

சீதைக்கு சந்தோஷம்; பேச முடியவில்லை. "ஆஞ்சநேயா, மகனே ... உனக்கு என்ன கொடுப்பது என்று தெரியவில்லை. நீ என்னிடம் இப்போது கூறிய செய்திக்கு என்ன சன்மானம் தர முடியும். என் உள்ளார்ந்த அன்பைத்தானே தர முடியும்" என்றாள். அனுமான் "அம்மா உன் கணவன் பகையொழித்து இருக்கும் காட்சியே எனக்கு சன்மானம்; உன் அன்பு, கோடி நவரத்தினங்களுக்குச் சமம்" என்றான்.

மாருதி பணிவாகவும் நிதானமாகவும் பேசினான். கேட்ட சீதை "என் அன்பிற்குப் பாத்திரமான திருவுடைய மகனே! எல்லா நற்குணங்களும் நிறைந்தவனே! என் பிரபுவுக்கு மனம் மகிழும்படியான காரியங்களைச் செய்" என்றாள்.

அனுமன் மறுபடியும் சீதையை வணங்கிவிட்டு ராமனிடம் சென்றான். "தசரத குமாரனே எதற்காக இத்தனை துன்பம் அனுபவித்தோமோ அது முடிந்துவிட்டது. யாருக்காக இந்தப் போரை நடத்தினோமோ அவரை நீங்கள் பார்க்க வேண்டும். சீதா பெருந்தேவிக்குத் தரிசனம் கொடுக்க வேண்டும்" என்று பணிவாகச் சொன்னான்.

அதிபுத்திசாலியும் வீரனுமான அனுமான் இப்படிப் பேசியதும் ராமர் முன்பு நெருப்பில் மறைந்திருக்குமாறு கல்பித்த உண்மையான சீதையைத் தன்னிடம் வரும்படி வேண்டிக்கொண்டார். பின் விபீஷணனிடம் "அரசனே நீ ஜனகனின் மகளிடம் போ. நீராடி நல்ல ஆடை உடுத்து ஆபரணங்களால் ஒப்பனை செய்துகொண்டு விரைவாக என்னிடம் வரும்படி சொல்வாய்" என்றான்.

விபீஷணன் அனுமனை உதவிக்கு அழைத்துக் கொண்டான். வயதில் மூத்த உயர்குடிப் பெண்களில் ஒப்பனை செய்வதில் திறமையானவரை அனுப்பினான். அவர்களும் சீதையை அலங்கரித்து ஆடம்பரமான சிவிகை மேல் இருத்தி அழைத்து வந்தனர்.

மெல்ல வந்த சீதையைக் காண வானரர்கள் முண்டியடித்துக் கொண்டு கூடினர். கட்டியங்காரர்கள் அவர்களைத் தடுத்தனர். இதைப் பார்த்த ராமன் விபீஷணனிடம் "ஜானகியை வானர வீரர்கள் பார்க்கட்டும். யாரும் தடுக்க வேண்டாம். சீதை நடந்து வரலாம்" என்றான். சீதை சிவிகையை விட்டு இறங்கி அன்னம் போல் நடந்து வந்தாள். அரக்கர்களும் வானரர்களும் நின்று வணங்கினர்.

ராமர் பின்னர் தான் பேசப் போகிற சில விஷயங்களை உத்தேசித்து நடந்து வரும் மாய சீதையை நிந்தித்தார். இதைக் கேட்ட மாய வைதேகி விபீஷணனிடம், "உயர்ந்த பண்புடையவரே, உலகோர் என்னைப் பற்றித் தவறாக நினைக்காமல் இருக்க வேண்டும்; ராமனுக்கு நம்பிக்கை வர வேண்டும். நெருப்பில் மூழ்கி எழ விரும்புகின்றேன். விரைவாகக் குழி தோண்டி நெருப்பை மூட்டு" என்றாள்.

லட்சுமணனுக்கு நடக்கப் போவது தெரியும். தீ மூட்ட ஏற்பாடு செய்தான். ராமனுடன் அவன் பேசவில்லை. குழியிலிருந்து ஓங்கி வளர்ந்த நெருப்பு சீதாவின் உடம்பை வருடிச் சென்றது. அது அவளுக்கு மேலும் அழகைக் கொடுத்தது. அவள் ராமனின் முன்னே சென்றாள். அவனை வலம் வந்தாள். சுற்றி நின்றவர்களைப் பார்த்தாள். எங்கும் நிசப்தம். மெல்லத் தலைதூக்கி எல்லோரையும் பார்த்தாள். "என் மனம் எப்போதும் ராமனை நினைத்திருப்பது உண்மையானால் இந்த அக்கினி என்னை ஒன்றும் செய்யாது." என்று சொல்லிக் கொண்டே தீக்குழியில் இறங்கினாள்.

சுற்றியிருந்தவர்கள் மவுனமாயிருந்தனர். ரகுவீரன் மனைவியை நன்றாக அறிந்தவன்தானே. இப்படி ஏன் சோதிக்கிறான் என்று தங்களுக்குள் முனங்கிக்கொண்டார்கள்.

13. புஷ்பக விமானப் பயணம்

சீதை அக்கினியில் குதித்த செயலைப் பார்த்த இந்திரன், அக்கினி, யமன், நிருதி, வருணன், வாயு, கும்பரன், ஈசானன் முதலிய எட்டுத் திசை பாலகர்களும் தேவர்கள் முனிவர்கள், சித்தர்கள், கந்தர்வர்கள், அப்சரஸ்கள், உரசர்கள், துறவிகள் என எல்லோரும் வானத்தில் நின்றனர். பிரம்மாவும் வந்தார்; நாக உலகத்தினரும் பிதிர் உலகினரும் கூட வந்தனர்.

(இந்தக் கதையை சொல்லிக்கொண்டிருக்கும் சிவன் பார்வதியிடம், நாம் இருவரும்கூடக் காளை வாகனத்தில் அங்கே போயிருந்தோம்; நினைவிருக்கிறதா என்கிறார்.)

தேவர்கள் ராமனை வணங்கித் துதித்தனர். எல்லோரும் ராமனை வணங்கினர். புனிதவதியான சீதை நெருப்பி லிருந்து வெளியே வந்து நின்றாள். அவள் மேலும் ஒளிவீசும் அழகுடையவளாய்க் காட்சியளித்தாள். வானத்திலிருந்த சிவன் “ராமா உன் தந்தை தசரதன் வந்திருக்கிறார்” என்றான். ராமனும் தசரதனை சந்தோஷமாய் வணங்கினான். தசரதன் “ராமா உன் செயலால் நானும் முக்தி அடைந்தேன்” என்றான்.

ராமன் இந்திரனிடம், “தேவ உலகின் தலைவனே யுத்த களத்தில் இறந்து கிடக்கும் வானரர்களின் மேல் அமுதத்தைத் தெளித்து உயிர் பிழைக்க வைப்பாய்” என்றான். இந்திரனும் ராமன் சொன்னபடி செய்தான். போரில் இறந்த எல்லா வானர வீரர்களும் உதவியாட்களும் கரடிவீரர்களும் உயிர்த்தெழுந்தனர்.

அப்போது விபீஷணன் ராமனைப் பணிந்து, “தேவனே நீயும் தேவியும் நீராடி நல்ல ஆடை அணிந்து அலங்காரம் செய்து வாருங்கள். இலட்சுமணனும் அப்படியே புறப்படட்டும்; நாளை அயோத்தி புறப்படுகிறோம்” என்றார். ராமன் இதைக் கேட்டு, “லட்சுமணன் அவன் விரும்பியபடி வரட்டும். பரதன் மரவுரி அணிந்து சடை முடியுடன் இருப்பான். அப்போது நான் அலங்காரனாக செல்ல வேண்டாம். சுக்கிரீவன் அனுமன் முதலியோர் ஆடம்பரமாய் வரலாம்” என்றான்.

ராமன் பயணப்படத் தன் புஷ்பக விமானத்தைக் குபேரன் அனுப்பி இருந்தான். ராமன் அதில் ஏறினான். சீதையை தன் மடியில் வைத்துக்கொண்டார். ராமன் சுக்கிரீவனை யும் விபீஷணனையும் பார்த்து, “நீங்கள் இருவருமே என் உறவினர்கள் செய்ய வேண்டிய காரியத்தைச் செய்தீர்கள். உங்களுக்கு மகிழ்ச்சியுடன் விடைகொடுக்கிறேன்” என்றான். இதைக் கேட்ட விபீஷணனும் சுக்கிரீவனும், “நாங்களும் அயோத்திக்கு வருகிறோம். உங்களின் முடிசூட்டு விழாவைக்

காண வேண்டும். கோசலைத் தாயைக் கண்டு வணங்க வேண்டும்” என்றனர்.

ராமன் “அப்படியே நீங்களும் உங்கள் வீரர்களும் இந்த விமானத்தில் ஏறிக்கொள்ளலாம். எல்லோருக்கும் இது விரிந்து இடம் கொடுக்கும்” என்றான். எல்லோரும் விமானத்தில் ஏறினர். அன்னப் பறவையைப் போன்ற வடிவுடைய அந்த விமானம் நீல வானத்தில் வேகமாய்ப் பறந்தது.”

14. ராமன் பரதனைக் கண்டான்

விமானத்தில் சீதையுடன் இருந்த ராமன் நான்கு திசைகளையும் பார்த்தான். சீதையும் பார்த்தாள். ராமன் “வைதேகி, திரிகூட மலையில் இருக்கும் இலங்காபுரியைப் பார். அதோ அந்த இடத்தில்தான் இராவணன் கொல்லப்பட்டான். இங்கே கும்பகர்ணன் வதை நடந்தது. மாமிசப் பிண்டத்தின் குவியலைப் பார்.

இதோ இந்த சேதுவைப் பார். கடல்அரசன் அனுமதியுடன் கட்டப்பட்டது. இந்த சேது தூய்மையானது. பாவங்களைப் போக்கும் வல்லமை உடையது. சேது அமைந்த கடலைக் கண்டாலோ நீராடினாலோ பாவம் தீரும். இங்கு நீத்தாருக்குக் கடன் செய்யலாம்.

சேதுவின் பெருமையைச் சொல்லிக்கொண்டே போகலாம். மூன்று உலகிலும் மூன்றரைக் கோடி தீர்த்த தலங்கள் இருப்பதாகச் செல்லுகிறார்கள். இவை எல்லாவற்றிலும் மேலானது சேது. என் அன்பு வைதேகி இந்த சேதுவில் பரமசிவனை லிங்கமாகப் பிரதிட்டை செய்து ராமேஸ்வரம் என்னும் பெயர் கொடுத்தேன்” என்றான்.

இப்படியாக சேதுவின் பெருமையை ராமன் சொல்லிக் கொண்டு வரும்போது விமானம் கிட்கிந்தை நகரத்தின் மேல் சென்றது. சுக்கிரீவன் ராமனிடம் பணிவாக, “விமானத்தைக் கிட்கிந்தையில் இறக்கலாமா? தாரை முதலியோர் உங்களையும் சீதையையும் தரிசிக்க வேண்டும் என்று ஆசைப்படுகிறார்கள்” என்றான். ராமன் அப்படியே என்றான்.

விமானம் கிட்கிந்தையில் இறங்கியது. தாரை முதலியோர் அயோத்தி வர விரும்பினர். அவர்கள் விமானத்தில் ஏறிக் கொண்டனர். விமானம் ரிஷ்யமுக மலைவழி பறந்தது. ராமன் “சீதா கீழே பார்; பஞ்சவடி அகஸ்திய ஆசிரமம் சித்திரக்கூடம் பரத்வாசமுனிவரின் ஆசிரமம் என எல்லாவற்றையும் பார்” என்றான்.

ராமன் பரத்வாசரைச் சந்தித்து உரையாட விரும்பினான். விமானம் கீழிறங்கியது. ராமன் அனுமனிடம், "நான் 14 ஆண்டு களுக்கு முன்பு பரத்வாசரைச் சந்திப்பதாக வாக்களித்தேன். பரதனுக்குக் கொடுத்த வாக்கு நாளையுடன் முடிகிறது. நான் போக வில்லையானால் அவன் நெருப்பில் விழுந்துவிடுவான். அதனால் நீ பரதனிடம் போய் நான் வரும் செய்தியைச் சொல்; குகனிடம் என் வரவைத் தெரிவிப்பாய். விரைவாகப் போ" என்றான்.

அனுமன் காற்றைவிட வேகமாகப் போனான். முதலில் குகனைச் சந்தித்துச் செய்தி சொன்னான். பின் பரதனிடம் போனான். அயோத்திக்கு அருகே குரோசம் என்ற இடத்திற்குத் தொலைவில் தெற்கில் உள்ள நந்திக் கிராமத்திற்குப் போனான். அங்கே பரதனைக் கண்டான்.

மரவுரி தரித்து மான்தோல் உடுத்தி புழுதியடைந்த சரீரத்துடன் சடை முடியுடன் முனிவரைப் போன்ற தோற்றத்துடன் இருந்தான் பரதன். வேகாத காய்கறிகளையே புசித்தான். ராமனின் பாத அணிகளைப் பூசை செய்தான். அவனது மந்திரிகளும் கூட துறவிகளைப் போல் இருந்தனர்.

தருமத்தின் நாயகனிடம் அனுமன் ராமதூதன் என்று தன்னை அறிமுகப்படுத்திக்கொண்டு நடந்த நிகழ்வைச் சுருக்கமாகச் சொன்னான். "ராமர் இப்போது பரத்வாசர் ஆசிரமத்தில் இருக்கிறார். நாளை வருவார். அவருடன் விபீஷணன், சுக்கிரீவன் என பலரும் வருகின்றனர். வானரப் படைகளும் கூடவே வருகின்றன. இந்தச் செய்தியைச் சொல்ல என்னை முதலில் அனுப்பினான் ராமன்" என்று சொல்லிவிட்டு பணிவாகக் கைகூப்பினான்.

அனுமன் சொன்ன செய்தி பரதனின் காதுகளில் தேனாய்ப் பாய்ந்தது. அனுமனைக் கட்டியணைத்துக் கொண்டான். "நண்பனே உனக்கு வந்தனம். லட்சம் பசுக்கள்; நீர்வளமுடைய நூறு கிராமங்கள்; அழகிய 16 கன்னிகைகள் எல்லாம் உனக்கு அன்பளிப்பாகத் தருகிறேன். ராமனைப் பற்றி 14 ஆண்டுகள் கழித்துச் செய்தி கேட்கிறேன்" என்றான்.

பரதன் தொடர்ந்து, "நண்பனே விரிவாகப் பின்னால் பேசிக்கொள்ளலாம். இப்போது இந்த நல்ல செய்தியை நகரமக்களுக்குத் தெரிவிக்க வேண்டும். ராமனை வரவேற்க அவர்களுக்கு அவகாசம் கொடுக்க வேண்டும்" என்று சொல்லி விட்டு அருகில் நின்ற சத்துருக்கனைப் பார்த்துப் பேச ஆரம்பித்தான்.

அத்யாத்ம ராமாயணம்

"தம்பி எல்லாக் கோயில்களிலும் பூஜை நடக்கட்டும். பாடகர்கள், தாசிகள், வாத்தியக்காரர்கள், நடனமாடுபவர்கள் எல்லோரும் ஒன்றாகக் கூடட்டும். வீரர்கள் தயாராகட்டும். நகரை அலங்கரிக்கச் சொல்" என்றான்.

பரதன் பணித்த உத்தரவை நிறைவேற்ற சத்துருக்கனன் போனான். அனுமனிடம் பரதன், "நண்பனே சொல்லு ராமன் வானரர்களை எப்படி நண்பர்களாக்கினான்" என்று கேட்டான். அனுமன் வாலி கதையிலிருந்து இராவணவதைவரை சுருக்கமாகச் சொன்னான்.

அனுமன் வானத்தில் வரும் புஸ்பக விமானத்தை அடையாளம் கண்டு சொன்னான். பரதன் தன் கோலத்தை மாற்றாமல் பாத அணிகளைத் தன் தலையில் சுமந்துகொண்டு ராமனைத் தரிசிக்க நடந்து போனான். தாயார் மூவரும் பல்லக்கில் வந்தனர். அனுமான் கம்பீரமாகப் போனான். அயோத்தி மக்கள் அவனைப் பார்த்து வணங்கினர்.

எல்லோரும் ஆகாயத்தையே பார்த்துக்கொண்டிருந்தனர். ராமா ராமா எனத் துதித்தனர். விமானம் கீழே இறங்கியது. பரதன் ராமனிடம் சென்றான். அவன் பாதங்களில் விழுந்தான். ராமன் அவனைக் கட்டி அணைத்துக்கொண்டான். பரதனின் கோலத்தைக் கண்ட லட்சுமணனுக்கு அவனை அடையாளம் தெரியவில்லை. பரதனே தன்னை அறிமுகப்படுத்திக் கொண்டான். இருவரும் ஆரத் தழுவிக்கொண்டனர்.

அனுமன் பரதனுக்கும் மற்றவர்களுக்கும் சுக்கிரீவன் முதலானவர்களை அறிமுகப்படுத்தினான். பரதன் "சுக்கிரீவனே நீ எங்களின் கடைசித் தம்பி" என்றான். பேச முடியாமல் சோகத்துடன் நின்ற கோசலையைக் கட்டியணைத்துக் கொண்டான். பரதன் ராமனிடம், "ஜெகந்நாதனே உன் அருளாசியால் நம் நாட்டுக் கருவூலம் தானியக்கூடம் ஆயுதங்கள் எல்லாம் பத்து மடங்கு பெருகிவிட்டன. நாட்டின் பொறுப்பை வகிக்க வேண்டும்" என்றான்.

ராமன் புஷ்பக விமானத்திடம் "குபேரனிடம் இனி நீ போகலாம்" என்றான். விமானம் பறந்து சென்றது.

15. ராமன் முடிசூட்டினான்

பரதன் தன் தாய் கைகேயி, குலகுரு வசிட்டன் சகிதம் ராமனிடம் வந்தான். "ராமா நீ என்னிடம் ஒப்படைத்த நாட்டை மறுபடியும் நான் திருப்பித் தந்துவிடுகிறேன். ஏற்றுக்கொள்ள வேண்டும்" என்று பணிவாகக் கேட்டுக்கொண்டான். ராமன்

மென்மையாகப் புன்முறுதல் பூத்து இசைவைத் தெரிவித்தான். உடனே பரதன் முடிசூட்டு விழா ஏற்பாடு செய்யுமாறு சுமந்திரனிடம் கேட்டுக்கொண்டான்.

பரதன் நாவிதரை வரவழைத்துத் தன் சடைமுடியை வெட்டிக்கொண்டான். நீராடி ஒப்பனை செய்துகொண்டான். பின் லட்சுமணன் சத்துருக்கனன், சுக்கிரீவன், விபீஷணன் முதலானோர் புனித நீரில் மூழ்கி ஒப்பனை செய்துகொண்டார்கள்.

ராமன் தன் சடைமுடியைக் களைந்து நீராடினான். பட்டாடை உடுத்திக்கொண்டான். மகர குண்டலம், வயிரக் கண்டிகை, மாளிகைப் பதக்கம் அணிந்துகொண்டான். பூமாலையும் சூடிக்கொண்டான் சந்தனம், களபம், கஸ்தூரி பூசிக்கொண்டான். அரியணையில் அமர்ந்தான். சீதை மணப்பொருள் அடங்கிய நீரில் குளித்து பட்டாடை உடுத்து நவரத்தின மாலை அணிந்து மலர்மாலை சூடித் திலகம் அணிந்து மெல்ல நடந்து வந்தாள்.

நகரத்து மக்கள் தங்களை அலங்கரித்துக்கொண்டனர். பரதன் சுக்கிரீவனிடம், "அரசே நான்கு கடல்களிலிருந்து பரிசுத்தமான நீரை எடுத்துவர வேண்டும் யாரை அனுப்பலாம்" என்று கேட்டான். அதற்கு சுக்கிரீவன், "அங்கதன், அனுமன், சுசேணன் ஆகியோரை ஜாம்பவானின் ஆலோசனையுடன் அனுப்பலாம்" என்றான்.

வசிட்டர், வாமதேவர், ஜாபாலி, கவுதமர், வால்மீகி ஆகியோரும் கூடினர். வேத வித்துக்களும் வந்தனர். பரதன் குடை பிடித்தான். லட்சுமணனும் சத்துருக்கணனும் கவரி வீசினர். அனுமன் அரியணை தாங்கினான். அங்கதன் உடைவாள் ஏந்த சுக்கிரீவனும் விபீஷணனும் சாமரம் வீச ராமன் அரியணை மேல் சீதையுடன் வீற்றிருந்தான்.

அபிஷேகம் நடந்தது. வேளாண் தொழிலைப் பரம்பரையாகச் செய்த குடியில் வந்த முதியவர் ஒருவர் வசிட்டனிடம் முடியைக் கொடுக்க அவர் ராமனுக்குச் சூட்டினார்.

16. விடைபெறுதல்

ராமன் முடிசூட்டிய பின் நாட்டின் வளம் மேலும் பெருகியது. ரகுநந்தன் அங்கதனுக்கு ஒரு தோள்வளையை அன்பாக அளித்தான். சீதை தன் கழுத்தணியைக் கழற்றிக் கையில் எடுத்த போது ராமன் "சீதா உனக்கு பிடித்தமான அனுமனிடம் நீயே அதைக் கொடு" என்றான். அவளும் கொடுத்தாள். அனுமன் அதை வாங்கிக் கைகூப்பினான்.

ராமன் அனுமனிடம் உனக்கு நான் பிரசன்னமாகி விட்டேன். விருப்பமான வரத்தைக் கேள் என்றான். அனுமன் "ராமா உன் பெயர் இருக்கும்வரை நான் வாழ வேண்டும் அதுவே நான் கேட்கும் வரம்" என்றான். ராமன் "மாருதி நீ சரீரத்துடன் முக்தி பெறுவாய்" என்றான்.

ராமன் குகனிடம், "நீ உன் நாட்டிற்குச் செல்லலாம். அறத்தின்படி வாழ்வாய்" என்றார். இதுபோல வானர வீரர் தலைவன் சுக்கிரீவன், விபீஷணன் ஆகியோரும் பெரும் பரிசுகள் பெற்றனர். தங்கள் இடம் திரும்பினர். அனுமன் தவம் செய்ய இமயமலைக்குச் சென்றான்.

ராமன் தன் சொந்தக் குழந்தையைப்போல் நாட்டைப் பாதுகாத்தான். ராமன் பதினோராயிரம் ஆண்டுகள் ஆட்சி செய்தான்.

இப்படியான கதைகளை எல்லாம் பார்வதியிடம் கூறிய சிவன், "தேவி இந்த ராமாயணத்தின் பெயர் அத்யாத்ம ராமாயணம். இது ரகசியமான பெயர். இந்த ராமாயணத்தை முறையாக ஓதுபவன் செய்பவன் எல்லா நன்மைகளும் அடைவான். தேவி நான் அறிந்தவரையில் விஷ்ணுவின் இந்த வரலாறு அற்புதமானது. இதைச் சுருக்கமாக உனக்குச் சொன்னேன். நீ உண்மையான மெய்ப்பொருளை அடைவாய்" என்றான்.

அ.கா. பெருமாள்

7

உத்தர காண்டம்

1. இராவணனின் வரலாறு

பரமசிவன் பார்வதியிடம் ராமனின் பிறப்பிலிருந்து முடிசூட்டுவதுவரை உள்ள நிகழ்வுகளைக் கதைபோல சொன்னான். கேட்ட தேவி "தேவனே ராமன் எத்தனை ஆண்டுகள் ஆட்சி செய்வான். அதற்குப் பின் என்ன நடந்தது? இதையும் சொல்ல வேண்டும்" எனக் கேட்டாள்.

பரமசிவன் மேலும் கதை சொல்ல ஆரம்பித்தான். "அயோத்தி அரசை ராமன் ஏற்றுக் கொண்ட பின்பு மகிழ்ச்சியாகத்தான் இருந்தான். அப்படியான சமயத்தில் ஒருநாள் அகத்தியர் ராமனைத் தேடி வந்தார். அவருடன் அத்திரி, ஆங்கிரீசன், கவுதமன், சமதக்கினி, பரத்வாசன், வசிட்டன, விசுவாமித்திரன் என ஏழு முனிவர்களும் வந்தனர். ராமன் அந்த முனிவர்களை உபசரித்து ஆசனத்தில் அமரச் சொன்னான்.

அகத்தியர் ராமனிடம், "அரசனே முனிவர்களைத் துன்புறுத்திய அரக்கர்களைக் கொன்று எங்களுக்குப் பாதுகாப்பு கொடுத்தாய். இராவணன், கும்பகர்ணன் போன்ற பாதகர்களையும் ராவணனின் மகன் மாபெரும் வீரன் இந்திரஜித்தையும் கொன்றாய். இது எங்களுக்கு மகிழ்ச்சி அளித்தது" என்றார்.

ராமன் அமைதியாக இருந்தான். கொஞ்ச நேரம் கழித்து, "துறவியே நீங்கள் என்னைப் புகழ்ந்த போதில் மேகநாதனை நான் வதைத்ததை பெரிதாகப் பாராட்டினீர்களே அவனைவிடப் பெருவீரனான ராவணனும் கும்பகர்ணனும் இருக்கிறார்களே" என்றான்.

அகத்தியர் "ராமா இராவணன் பிறந்த கதை தெரியுமா? அதைச் சொன்னால் உன் கேள்விக்கு விடை கிடைக்கும்" என்றார். ராமன் "கேட்கத் தயாராக இருக்கிறேன். விபரமாய்ச் சொல்ல வேண்டும்" என்று கேட்டுக்கொண்டான். அகத்தியர் சொல்ல ஆரம்பித்தார்.

"ஓ ராமனே. பிரம்மா உயிரினங்களைப் பிறப்பித்த போதுதான் கேதி, பிரகேதி என்னும் இரண்டு சகோதரர்கள் பிறந்தனர். இவர்களில் பிரகேதி அறத்தின்படி வாழ்ந்தவன். கேதி தீயவன். மனைவி பயை. மகன் வித்யுத்த கேதி. இவன் மனைவி காமவெறி பிடித்தவள். அதனால் அவள் பிறந்த குழந்தையைக் காட்டிலே போட்டுவிட்டுப் போனாள். அந்தக் குழந்தை பார்வதிதேவியின் அருளால் வளர்ந்தது. சுகேசன் என்னும் பெயரைப் பெற்றான்.

சுகேசன் கந்தர்வப் பெண் ஒருத்தியை மணந்தான். இவர்களுக்கு மாரியவான், சுமாலி, மாலி என மூன்று மக்கள். மூவரும் திருமணமாகி 25 குழந்தைகளைப் பெற்றனர். இவர்கள் இந்திரன் முதலான தேவர்களைத் துன்புறுத்துவதை வழக்கமாகக் கொண்டிருந்தனர்.

தேவர்கள் பிரம்மாவிடம் முறையிட்டனர். பிரம்மா திருமாலைக் கைகாட்டினார். திருமால் அவர்களுடன் போர் செய்தார். மாலியவான் கொல்லப்பட்டார். மற்ற இருவரும் பாதாள லோகம் சென்று மறைந்து வாழ்ந்தனர். இலங்கை ஆள்பவரின்றி பாழாய்க் கிடந்தது.

❋ ❋ ❋

பிரம்மாவின் மகன் புலஸ்தியர் இமயமலையில் தவம் செய்து கொண்டிருந்தார். அவரது ஆசிரமத் தோட்டத்திற்குக் கந்தர்வப் பெண்கள் விளையாட வருவார்கள். அவர்களின் நோக்கம் புலஸ்தியரின் தவத்தைக் கலைப்பது. ஒருநாள் பொறுக்க முடியாமல் இந்த ஆசிரமத் தோட்டத்திற்கு உள்ளே வந்து விளையாட வரும் கன்னியர் கர்பமடைவார் என சாபமிட்டார். இதன் பிறகு கந்தர்வப் பெண்கள் அங்கு வருவதில்லை.

புலஸ்தியரின் ஆசிரமத் தோட்டத்திற்கு அருகே திருணபிந்து என்னும் முனிவரின் ஆசிரம் இருந்தது. ஒருநாள் திருணபிந்துவின் மகள் புலஸ்தியரின் ஆசிரமத்திற்குள் தெரியாமல் நுழைந்துவிட்டாள். சாபப்படி கர்ப்பமானாள். அவள் தன் உடலில் ஏற்பட்ட மாற்றத்தைக் கண்டு பயந்து போனாள். தந்தையிடம் சொன்னாள்.

திருணபிந்து தன் ஞானப்பார்வையால் நடந்ததை ஊகித்துக்கொண்டார். அவளைப் புலஸ்தியரிடம் அழைத்துச்

சென்றார். அவளின் உடல் மாற்றத்தைக் கூறினார். புலஸ்தியர் அவளைத் தன் மனைவியாக ஏற்றுக்கொண்டார். அவருக்கு அவள் பணிவிடை செய்தாள். நல்ல மகன் உனக்குப் பிறப்பான் என அவளுக்கு அருள் வழங்கினார்.

அவள் ஒரு குழந்தையைப் பெற்றாள். அதற்கு விச்சிரவசு எனப் பெயரிட்டனர். அவன் உரிய வயதை அடைந்ததும் பரத்வாச முனிவரின் மகளை மணந்தான். இவர்களுக்கு ஒரு மகன் பிறந்தான். அவன் வைச்சிரவணன் எனப் பெயர் பெற்றான்.

வைச்சிரவணவன் தவம் செய்து வரங்கள் பெற்றான். இந்திரன் இவனுக்குப் புஷ்பக விமானம் ஒன்றை அன்பளிப்பாகக் கொடுத்தான். ஆனால் அவன் நிரந்தரமாகத் தங்க இடம் இல்லாமல் அலைந்தான். தந்தை அவனிடம், "மாலியவான் என்னும் அரக்கனுக்குச் சொந்தமான இலங்கைத் தீவில் இப்போது யாரும் இல்லை. அது விசுவகர்மா உருவாக்கியது. நீ அங்கே போய்த் தங்கலாம்" என்றார். அவன் அப்படியே இலங்கையில் தன் வாழ்க்கையை ஆரம்பித்தான். குபேரன் என்னும் பெயரைத் தனக்குச் சூட்டிக்கொண்டான்.

✳ ✳ ✳

விஷ்ணுவுடன் போர் செய்து தோற்ற சுமாலி என்பவன் பேரழகியான தன் மகளுக்கு மாப்பிள்ளை தேடிக்கொண்டிருந்தான். அவனுக்கு நாராயணன் மேல் கோபமும் பொறாமையும் இருந்தது. அவனைப் பழிவாங்க வேண்டும். அதனால் மகளிடம் பேசினான். "குழந்தாய் பேரழகியான நீ நம் வம்சம் தழைக்க உதவ வேண்டும். நீ புலஸ்தியரின் மகனை மணக்க வேண்டும். நீ பெறும் பிள்ளைகள் நம் குலத்தைக் காப்பாற்றும்" என்றான். அவள் நான் அப்படியே செய்வேன் என்றாள்.

கைகசி மேலும் தன்னை அழகு படுத்திக்கொண்டாள். புலஸ்தியரின் மகனிடம் தன்னை அறிமுகப்படுத்திக்கொண்டாள். அவனது எண்ணத்தைப் புரிந்துகொண்ட அவர், "பேரழகியே, இப்போது நாம் கூடிக் குழந்தைகள் பெற்றால் அவர்கள் வீரர்களாக இருப்பர். ஆனால் அதர்மங்கள் செய்பவர்களாக விளங்குவார்கள். அதனால் வேண்டாம்" என்றார்.

கைகசியோ அவரை வற்புறுத்தினாள். கெஞ்சிக் கேட்டாள். அவர் "உன் விருப்பம்; உனக்குப் பிறப்பவரில் ஒருவன் சாந்த குணமும் அன்பு நிறைந்தவனுமாக விளங்குவான்" என்றார்.

சூரியன் அடையும் நேரத்தில் அவர் கைகசியை அணைந்தார். முதலில் பத்துத் தலைகளும் 20 கைகளும் உடைய ராவணன் பிறந்தான். இரண்டாவது மலைபோன்ற உருவமும், பெரும் பசியும் உடையவனுமான கும்பகர்ணன் பிறந்தான்.

அத்யாத்ம ராமாயணம்

மூன்றாவதாகப் பருத்த இடையும் பெரிய கழுத்தும் இடி போன்ற குரலுமுடைய சூர்பநகை பிறந்தாள். இறுதியாகப் புலஸ்தியரின் குலம் விளங்குவதற்கு விபீஷணன் பிறந்தான்.

நான்கு பேரும் நிறைய வரங்கள் பெற்றனர். பத்து தலை அரக்கனோ சிறு வயதிலேயே கொடுமை செய்யத் தொடங்கினான். சூர்பநகை பிராமணர்களிடம் தன்னைப் புணருமாறு வற்புறுத்தினாள். மறுத்தவரைத் துன்புறுத்தினாள். விபீஷணன் தருமத்தையே மேலானதாக எண்ணி இருந்தான்.

ஒருநாள் கைகசி தன் மக்களிடம் "உங்கள் வலிமையை உலகறியச் செய்ய வேண்டும்; அதனால் மேலும் தவம் செய்யப் போங்கள்" என்றாள். அவர்களும் சென்றனர். ராவணன் கொடிய தவம் இருந்து பிரம்மாவிடம் நிறைய வரங்கள் பெற்றான். கும்பகர்ணனின் நாக்கில் சரஸ்வதி இருந்து பிறழ்ச்சி செய்த்தால் அவன் ஆறு மாதம் உறங்குவதற்கு வரம் பெற்றான்.

ஒருநாள் சுமாலி தன் பேரன் ராவணனிடம், "பேரா. உன் மூத்த அண்ணன் குபேரன் இலங்கையில் இருக்கிறான். அந்த இடம் உனக்குச் சொந்தமானது. நீ அதைக் கேட்டுப்பார். தரவில்லை என்றால் ஆயுதமேந்திக் கைப்பற்று" என்றான். ராவணன், "தாத்தா அது சரியல்ல; உடன் பிறந்தவனுடன் போர் செய்வது நியாயமா" என்று கேட்டான்.

தாத்தா விடவில்லை. முந்திய காலங்களில் சகோதரர்கள் சண்டை போட்ட நிகழ்ச்சிகளை உதாரணம் காட்டினார். ராவணன் "அப்படியானால் தாத்தா நீங்கள் போய் என் பேருக்கு கேளுங்கள்" என்றான்.

தாத்தா இலங்கைக்குப் போனார். குபேரனிடம் தன் பேரனின் எண்ணத்தைத் தெரிவித்தார். அவன் மறுப்பு சொல்ல வில்லை. தம்பி நாட்டை எடுத்துக் கொள்ளட்டும் என்றான். குபேரன் தன் தந்தை வச்சிரவிசுவிடம் ஆலோசனை கேட்டான். அவர் "நீ செய்த முடிவு சரியானது. கொடியவன் ராவணனிடம் போரிடாதே. நீ இமய மலைக்குச் செல். சிவனை எண்ணித் தவமிருந்து உனக்கு வேண்டியதைப் பெறு" என்றார்.

குபேரன் தந்தை சொற்படி கேட்டான். சிவன் அவனுக்குகாக அளகாபுரி என்ற நகரத்தை நிர்மாணிக்க விசுவகர்மாவிற்குக் கட்டளை இட்டார். குபேரனாகிய தளபதி அந்த நகரத்தில் இருந்தான். திசைகளின் பாலகனில் ஒருவன் என்ற அந்தஸ்த்தைப் பெற்றான்.

இதன் பின்னர் ராவணன் இலங்கை அரசனானான். நாராயணனுக்கு அஞ்சி பாதாளத்தில் மறைந்திருந்த அரக்கர்கள்

எல்லோரும் இலங்கையில் குடியேறினர். சூர்பநகை காலகேய குணத்தைச் சார்ந்த வித்யுஜிஹவன் என்பவனை மணந்து கொண்டாள்.

ஒருமுறை இராவணன் கானகத்துக்கு வேட்டையாடச் சென்றபோது அரக்கர்களின் தச்சனான மயனைச் சந்தித்தான். இவன் திதியின் மகன். இவனது மகள் மண்டோதரி. பேரழகி; உயர் பண்பு வாய்க்கப்பட்டவள். மயன் தன் மகளை இராவணனிடம் அறிமுகப்படுத்தினான். இராவணன் அவளை விரும்பினான். மயன் நான் பேறுபெற்றேன் என்றான். கானகச் சுனையிலிருந்து நீரை முகர்ந்து வந்து தன் மகளைத் தாரை வார்த்துக் கொடுத்தான். ஒரு வேலாயுதத்தையும் சீதனமாகக் கொடுத்தான். அது நாராயணனைக் கூடக் கொல்லும் வல்லமை உடையது என்றான்.

இராவணன் மண்டோதரியுடன் இலங்கை சென்றான். கும்பகர்ணனுக்கு வைரோசனன் என்பவனின் மகள் வஜ்ராஜ்வாலை என்பவள் மனைவி ஆனாள். விபீஷணன் சைலூசணனின் மகள் ஸரமை என்பவளை மணந்தான். இராவணனுக்குப் பிறந்த மூத்த மகன் மேகநாதன் எனப்பட்டான். பின்னர் பிறந்த இருவரும் அதிகாயன், அட்சயகுமாரன் எனப் பெயர் பெற்றனர்.

கும்பகர்ணனுக்கு கும்பன், நிகும்பன் என்னும் மக்கள் பிறந்தனர். விபீஷணனுக்குத் திரிசடை என்ற பெண் பிறந்தாள். கும்பகர்ணன் உறங்குவதற்கென்றே ஒரு மண்டபத்தைக் கட்டிக்கொடுத்தான் இராவணன். ஆனால் தேவர்களையும் கந்தவர்களையும் இம்சைப்படுத்துவதைப் பொழுதுபோக்காகக் கொண்டிருந்தான்.

இராவணனின் இந்தச் செய்கை குபேரனுக்குப் பிடிக்க வில்லை. ஒரு தூதனை அனுப்பி இதுபோன்ற அடாத செயல்களைச் செய்ய வேண்டாம் எனக் கேட்டுக்கொண்டான். ராவணனோ தூதுவனை இரண்டு துண்டாக வெட்டினான். குபேரன் மேல் படை எடுத்து அவனிடமிருந்த பொற்குவியலை யும் புஷபக விமானத்தையும் கைப்பற்றினான்.

அந்த விமானத்திலேறி இலங்கை வந்தான். வழியில் விமானம் அசையாமல் நின்றது. ராவணன் திகைத்தான். அப்போது நந்தி தேவர் வந்தார். "ராவணா இந்த இடத்தில் சிவன் உமாதேவியுடன் வசிக்கிறான்; நீ வேறு வழியில் செல்" என்றான். ராவணன் அதைக் கேட்டு சிரித்துவிட்டு "குரங்கு மூஞ்சியுடன் வந்த நீ யார்?" எனக் கேட்டான். நந்தி, "அரக்கனே நீ

என்னைக் குரங்கு என்றதால் உன் நகரைக் குரங்குகள் அழிக்கும்; இது என் சாபம்” என்றான்.

இலங்கை வேந்தன் நந்தியின் பேச்சை அலட்சியம் செய்துவிட்டு என்னைத் தடுக்கும் இந்த மலையை இப்போதே பெயர்த்துவிடுகிறேன் என்று சொல்லிவிட்டுக் காரியத்தில் இறங்கினான். மலையில் இருந்த துறவிகளும் மற்றோரும் கலங்கினர். பார்வதி சிவனைத் தழுவிக்கொண்டாள். சிவன் தன் பெருவிரலை மலையில் வைத்து அழுத்தினான். அவ்வளவு தான். இராவணனின் கைகள் மலையின் அடியில் மாட்டிக்கொண்டன. ஆலையில் அகப்பட்ட கரும்பாய் சிதைந்தது. ஆயிரம் வருஷங்கள் அப்படியே இருந்தான்.

அரக்க அரசனின் மந்திரி வந்தார். அரசே வீணையை மீட்டி சாமவேதம் பாடுங்கள். சிவன் இரங்குவான் என்றார். உடனே ராவணன் செயல்பட ஆரம்பித்தான். தன் ஒரு தலையைக் கிள்ளினான்; ஒரு கையியை அதில் பொருத்தினான். கை நரம்பை அதில் கட்டினான். அந்த வீணையை மீட்ட ஆரம்பித்தான்.

இராவணனின் சாமவேத இசை சிவனை மயக்கியது. மலையை அழுத்திய தன் விரலை எடுத்தார். தசமுகன் விடுதலை பெற்றான். சிவனைப் பணிந்தான். சிவன் “இனிமேல் இராவணன் எனப் பெயர் பெறுவாய்” என்று சொல்லிச் சில வரங்களும் கொடுத்தான். இராவணன் சிவனை வணங்கி விடைபெற்றான். இதன் பிறகு அவனது கர்வம் மேலோங்கியது.

இராவணனுக்கு ஒரு எண்ணம். பூவுலகு, தேவருலகு அரசர்களை எல்லாம் வென்று வாகை சூடப் புறப்பட்டான். முதலில் யமனிடம் போனான். இருவருக்கும் பெரும்போர் நடந்தது. யமன் வேறு வழியில்லாமல் காலதண்டத்தை எடுத்தான். உடனே பிரம்மா வந்தார். யமனைத் தடுத்தார் காலதண்டம் இவன் மேல் பாயாது. ராவணனிடம் தோற்றதாக ஒப்புக்கொள் என்றான். யமன் ஒப்புக் கொண்டார்.

இராவணன் பின்னர் பாதாளலோகம் போனான். அங்கே இருந்த அரசன் வாசுகி என்பவன் இராவணனிடம் அன்பு பாராட்டினான். பின் நிவாதகவசர் என்பவன் வாழும் இடத்துக்கு வந்தான். அவர் இராவணனை எதிர்த்துப் போர் செய்தான். வெற்றி தோல்வி இல்லாமல் போர் நீண்டு போனது. அதனால் இருவரும் சமரசம் செய்துகொண்டு நட்புப் பாராட்டிக்கொண்டார்கள்.

ராவணன் போர் செய்த இடங்களில் எல்லாம் கன்னி களைக் கவர்ந்து செல்வது என்பதை வழக்கமாக வைத்திருந்தான். அந்தக் கன்னிகளின் தாய்மார்கள், “ராவணனே, ஒரு பெண்ணின்

காரணமாகக் கொல்லப்படுவாய்” என வயிறு எரிந்து சாபமிட்டார்கள்.

இராவணன் திக்விஜயத்தின்போது காலகேயருடன் போரிட்டான். அப்போது சூர்ப்பநகையின் கணவனை அறியாமல் கொன்றுவிட்டான்; சூர்ப்பநகையைச் சமாதானப்படுத்தி தன் ஒன்றுவிட்ட சகோதரர்களான கரன், தூஷணன், திரிசிரசு ஆகியோர் வசிக்கும் காட்டிற்கு அனுப்பி வைத்தான்.

இதற்கிடையில் மேகநாதன் சுக்கிராச்சாரியாரின் உதவி யுடன் நிகும்பலை என்ற யாகம் செய்து பரமசிவனிடம் தேர், வில், அம்புக்கூடு எல்லாம் பெற்றான். ஒருமுறை இராவணனின் சித்தி கும்பிநசி என்பவளை அசுர வீரரான மது கவர்ந்து சென்று விட்டான்.

இந்தச் செயல் இராவணனுக்குத் தெரிந்தது. அவனுக்குக் கோபம் தலைக்கு ஏறியது. பூனையின் காதை எலி மோந்தது போல் அல்லவா இவன் செயல் இருக்கிறது. என அலட்சியமாகச் சொல்லிவிட்டு மதுவின் மேல் படை எடுக்கப் புறப்பட்டான். மது அவனை எதிர்க்கவில்லை. இராவணனின் சித்தியே வந்தாள்.

அவள் மதுவை வரிந்து மணம் செய்துவிட்டதாகக் கூறித் தான் தாலிப் பிச்சை கேட்டாள். இராவணன் மனம் இரங்கி மதுவுக்கு மன்னிப்புக் கொடுத்தான். அவனது நாட்டில் விருந்தினனாய்த் தங்கினான். பின் அளகாபுரிப் பட்டிணம் வந்தான். அங்கே ஒரு சோலையில் தங்கியபோது குபேரனின் மகன் நளகூபனின் மனைவி அரம்பையைச் சந்தித்தான்.

அரம்பையின் அழகால் கவரப்பட்ட இராவணன் அவளைப் பிடித்தான். கட்டி அணைத்தான். அவள், “அய்யனே நான் உமது சகோதரனின் மருமகள்; உமது மருமகள் முறை; இது சரியல்ல. தவறு நடக்க இடம் கொடுக்க மாட்டேன்” என்றாள். இராவணன் கேட்கவில்லை. அவளைக் கட்டாயமாகப் புணர்ந்தான். அவள் “இனி நீ விருப்பமில்லாத பெண்ணைப் புணர்ந்தால் சாம்பலாவாய்” எனச் சாபம் கொடுத்தாள்.

இராவணன் திக்விஜயத்தின்போது வெற்றிகளை மட்டு மல்ல நிறைய சாபங்களையும் பெற்றுக்கொண்டே வந்தான். என்றாலும் எதைப் பற்றியும் கவலைப்படாமல் இந்திரலோகம் சென்றான். இந்திரனுடன் போரிட்டான். மேகநாதன் உதவிக்கு வந்தான்; வெற்றி மேகநாதனுக்கு. இந்திரனைச் சிறைப்பிடித்தான்.

இந்த நேரத்தில் பிரம்மா, “மேகநாதா, இந்திரனை விடுவிப்பாய்” என்றார். “அப்படிச் செய்ய வேண்டுமென்றால்

எனக்குச் சாகாவரம் தரவேண்டும்" என்றான் மேகநாதன். பிரம்மா, "அப்படி ஒரு வரம் தர முடியாது" என்றார். மேகநாதன் "அப்படியானால் போருக்கு முன் நான் செய்யும் வேள்வி சரியானபடி முடிந்தால் எனக்கு வெற்றி கிடைக்கும்படி வரம் தருவீர்" என்றான். பிரம்மா அப்படியே என்றார். உடனே இந்திரன் விடுதலை செய்யப்பட்டான்.

இப்படியாகப் பழைய கதைகளைச் சொல்லிய அகத்தியர் "அய்யனே உமக்கு எல்லாம் தெரியும்; இருந்தாலும் சொன்னேன்" என்றார்.

2. கார்த்தவீரிய அர்ச்சுனனும் வாலியும்

கடலுக்கு ஆதாரமாக இருப்பன நதிகளும் நதங்களும் (நதம்– கிழக்கிலிருந்து மேற்கே ஓடும் ஆறு). கடலைக் குறுகலாக்கிக் குடித்தவர் அகத்தியர். அத்தகைய முனிவர் கூறிய கதையைக் கேட்டு ராமன் ஆச்சரியப்பட்டான். "முனிவரே இராவணனை விட வலிமையுடையவன் யாராவது உண்டா" எனக்கேட்டான்.

அகத்தியர் சொல்ல ஆரம்பித்தார். "ராமா ராவணனை விட வலிமையானவர்கள் இரண்டு பேர் இருந்தனர். ஒருவன் ஆயிரம் கைகளையும் நிறைய வரங்களையும் பெற்ற கார்த்தவீரிய அர்ச்சுனன். இன்னொருவன் கிட்கிந்தை அரசன் வாலி. ஒருமுறை ராவணன் கார்த்தவீரிய அர்சுனனுடன் தனிப்பட்ட முறையில் சண்டையிடப்போனான்."

அர்ச்சுனன் அப்போது நர்மதா நதியில் கன்னிப் பெண் களுடன் நீராடிக்கொண்டிருந்தான். அவனது மந்திரி இராவணனிடம், "இப்போது போ நாளை சண்டைக்கு வா" என்றான். இராவணன் கேட்கவில்லை. மீறிப் போனான். அர்ச்சுனன் இராவணனைக் கீழே தள்ளினான்; பிடித்துக் கட்டினான். தன் அரண்மனையின் பாதாளச் சிறையில் அடைத்து வைத்தான்.

இராவணன் சிறைப்பட்ட செய்தியை அறிந்த விபீஷணன் பிரம்மாவிடம் சென்றான். அண்ணனை மீட்க வேண்டும் என்று இரங்கிப் பிச்சை கேட்டான். பிரம்மா அவனைக் காப்பாற்றுகிறேன் என்றார். அவர் ஒரு முனிவனைப் போல் அர்ச்சுனனிடம் போனார். "ராவணனை விடுவிப்பது உனக்கு மேன்மையும் புகழும் தரும்" என்றார். அவனும் சிறையிலிருந்து இராவணனை விடுவித்தான்.

3. வாலியும் ராவணனும்

இராவணன் ஒருநாள் கிட்கிந்தை நகரத்துக்குப் போனான். அரண்மனை வாசலில் நின்று வா சண்டைக்கு என்றான். வாலியின் மனைவி தாரை வந்தாள். வெளியில் கிடந்த எலும்புக் குவியலைக் காட்டினாள். இவை வாலியை எதிர்த்த துந்துபி முதலானவர்களின் எலும்புகள். நீயும் இதில் சேரலாம் என்றாள். ராவணனோ அது சண்டைக்குப் பிறகு என்றான்.

தாரை, "சரி உயிரைவிட முடிவு செய்துவிட்டாய் ராவணனே. வாலி சிவபூசை செய்ய தென் திசை நோக்கிச் சென்றிருக்கிறார். போ அங்கே" என்றாள். இலங்கை வேந்தன் வாலி இருக்கும் இடத்தைக் கேட்டுத் தெரிந்துகொண்டு போனான். வாலி கண்ணை மூடிக்கொண்டு தியானம் செய்துகொண் டிருந்தான். இராவணன் வாலியின் பின்புறம் போய் இருபது கைகளாலும் கட்டிக்கொண்டான். வாலி அவனைத் தன் வாலால் கட்டினான்.

தியானம் முடிந்ததும் ஆகாயத்தில் பறக்க ஆரம்பித்தான் வாலி. இராவணன் வாலியின் வாலில் கட்டுண்டு பூச்சிபோலக் கிடந்தான். வாலி இமயமலை, எமகூடமலை, நிடதமலை என பல மலைகளுக்குப் பறந்துசென்று அங்கிருந்த லிங்கங்களுக்குப் பூசை செய்தான். பின் நீலமால் வரை, அவேதமலை, வடகடல் எனப் பல இடங்களிலும் சென்றான். கடைசியில் கிட்கிந்தை சென்றான்.

வாலி தாரையைப் பார்த்துப் பேசிக்கொண்டிருந்தான். தாரை வாலியிடம், "உன்னிடம் போருக்கு வந்த இந்தப் பூச்சி ஏன் வாலில் கட்டுண்டு கிடக்கிறாய். இதை அவிழ்த்துவிடு" என்றாள். வாலியும் ராவணனை விடுவித்தான். வாலி "என்னுடன் போர் செய்ய விரும்புகிறாயா" எனக் கேட்டான். இராவணன் "இல்லை இதுவரை பட்டது போதும்; நான் இனி உன் நண்பன்" என்றான்.

4. வாலி சுக்கிரீவன் பிறப்பு

அகத்தியர் விரிவாக இந்தக் கதையைக் கூறியதும் ராமர் "சரி வாலி சுக்கிரீவன் அனுமன் போன்றோர்களின் பிறப்பு பற்றிச் சொல்லுங்கள்" என்றார். அகத்தியர் சொல்ல ஆரம்பித்தார்.

ஒரு சமயம் பிரம்மா பிரம்மலோகத்தில் இருந்தார். அவரது தீவிர ஞானத்தின் வெளிப்பாடாகப் பெருகிய நீர்ப்பெருக்கில் ஒரு வானரன் தோன்றினான். அவனுக்கு நிட்சாஜஸ் எனப்

பெயரிட்டார். நீ கொஞ்சநாள் பிரம்மலோகத்தின் அருகில் உள்ள தோட்டத்தில் இரு என்றார். அவனும் அப்படியே இருந்தான்.

நிட்சாஜஸ் தான் இருந்த தோட்டத்தில் சிறு குளம் இருந்ததைத் தற்செயலாகப் பார்த்தான். தெளிந்த அந்த நீரில் தன் முகத்தைக் கண்டு தன் எதிரி நீரில் இருக்கிறான் எனக் கருதி நீரில் குதித்தான். ஆனால் அங்கே எதிரியில்லை. பின் நீரிலிருந்து மேலெழும்பியபோது தான் அழகிய பெண்ணாக மாறி யிருப்பதைப் பார்த்தான்; திகைத்தான். அவனுக்கு என்ன செய்வது என்று தெரியவில்லை.

அந்தப் பெண் பிரம்மாவின் அவைக்கு வந்தாள். அதே நேரத்தில் அங்கே இந்திரனும் வந்தான். அவன் அந்த வானரப் பெண்ணைப் பார்த்தான். அவளது மெல்லிய இடையின் மேல் தாங்க முடியாமல் இருக்கும் இரு கொங்கைகளையும் பின்புற அழகையும் கண்டு தாங்க முடியாதவன் ஆனான். இந்திரனின் காம வேகத்தால் சிந்திய இந்திரியம் அப்பெண்ணின் பிரஷ்டத்தின் நடுவில் பட்டது. உடனே வாலி பிறந்தான். பிரம்மா அந்தக் குழந்தையை ஆசிர்வதித்து அனுப்பினார்.

அந்தப் பெண் தனக்கு இப்படி ஒரு மாற்றம் வந்துவிட்டதே; குழந்தையும் பிறந்துவிட்டதே என்று நினைத்து வருந்திய போது சூரியன் வந்தான். அவனும் அந்தப் பெண்ணின் மேல் ஆசைப்பட்டான். அவனது இந்திரியம் அவளது கண்டத்தில் பட்டது. உடனே பெரிய சரீரமும் சிவந்த முகமும் கொண்ட வானர உருவமுடைய குழந்தை பிறந்தது. அதற்கு சுக்கிரீவன் எனப் பெயரிட்டான் சூரியன்; அந்தக் குழந்தையை ஆசிர்வதித்து அனுப்பினார் பிரம்மா.

பெண்ணாக உருமாறிய நிட்சாஜசுக்கு ஆணாகப் பிறந்த நாம் இப்படி ஒரு நிலையை அடைந்துவிட்டோமே என்று நினைப்பு வந்தது. குழந்தைகளுடன் காட்டு வழி போனாள். அப்போது மறுபடியும் ஆண் உருவத்தைப் பெற்றாள். இது மேலும் அவனுக்கு மனவேதனையைக் கொடுத்தது. பிரம்மாவிடம் சென்றான். இந்த சோதனை எனக்கு ஏன் வந்தது என்று கேட்டான்.

பிரம்மா அவனைச் சமாதானம் செய்தார். ஒரு தேவதூதனை அழைத்தார். “தூதனே இந்த வானரனையும் குழந்தைகளையும் கிட்கிந்தை நாட்டிற்கு அழைத்துச் செல். அங்கே விசுவகர்மாவால் நிர்மாணிக்கப்பட்ட ஒரு நகரம் உள்ளது. அந்த நகரில் மூத்த குழந்தைக்கு முடிசூட்டு, வாலி எனப்படும் இவன் பெரும் புகழ் பெறுவான்.

உலகெங்கும் உள்ள வானரர்கள் கிட்கிந்தையின் கீழ் அடங்குவார்கள். ராம அவதாரத்தில் அவர்கள் உதவப்

போகிறார்கள்” என்றார். பிரம்மதேவன் சொன்னபடி வாலியைக் கிட்கிந்தைக்கு அரசனாக்கினான் தேவதூதன். சுக்கிரீவன் அண்ணனுக்குத் துணையாக இருந்தான்.

5. மாருதியின் கதை

“ராமா இமயமலைபோல் பேருருவம் எடுக்கும் வல்லமையும் அணுவைவிடச் சிறிதாக ஆகும் சக்தியும் படைத்த மாருதியின் கதையைக் கூறுகிறேன் கேள்” என்றார் அகத்தியர்.

மாருதி அஞ்சனா தேவிக்கும் வாயுவிற்கும் பிறந்தவன். ஒருநாள் மாருதி தன் தாயிடம் எனக்குப் பசி வந்தால் எங்கே போக வேண்டும் என்று கேட்டான். மாருதியின் அம்மா விளையாட்டாக பிரபஞ்சத்தில் எங்கு வேண்டுமானாலும் போ. பழம் கிடைக்கும் என்றாள்.

மாருதி சிவந்த அழகான வடிவுடன் இருந்த சூரியனைப் பழம் என்று நினைத்துவிட்டான். வேகமாக ஆகாயத்தில் பறந்தான். சூரியனைப் பிடித்தான். இதைப் பார்த்த ராகுவும் கேதுவும் இந்திரனிடம் சென்றனர். “வானவர்களின் தலைவனே சூரிய சந்திரர்களை விழுங்குவதற்கு நாங்கள் இருக்கும்போது போட்டியாக அந்நிய மாருதி வந்திருக்கிறான்” என்றான்.

இந்திரன் நீ போய் இப்போது சூரியனைப் பிடித்துவிடு என்றான். அஞ்சி நின்ற ராகுவைப் பிடிக்கப் போனான் மாருதி. இந்திரன் மாருதியின் மேல் குவிசாயுதத்தைப் பிரயோகித்தான். மாருதி பூமியில் விழுந்தான்.

மாருதியின் நிலையை அறிந்த அவனது தந்தை வாயு வந்தான். இந்த உலகை அழித்துவிடுவேன் என்றான; தன் போக்கை நிறுத்திவிட்டான். காற்றில்லாமல் யார் இயங்க முடியும்? பிரம்மாவிற்கு இந்தச் செய்தி கிடைத்தது. மாருதியின் பிணத்தை மடியில் போட்டுக்கொண்டு புலம்பிய வாயு தேவனிடம் பிரம்மா வந்தான். தன் கையால் மாருதியைத் தடவினான். உடனே அவன் உயிர் பெற்றான்.

பிரம்மா, “சிறுவனே நான் உன்னைத் தடவியதால் அனுமன் எனப் பெயர் பெற்றாய்” என்றான். வருணன் “என் பெயருக்கான அம்பை உன் மீது ஏவினால் அது பலனற்று வீழும்” என்றான். எமன் “எனது தண்டம் உன்னைத் தொடாது” என்றான். பிரம்மா, “நீ சாகாத வரம் பெற்றாய்” என்றான். பின் வாயுவிடம் “உன் மகன் இலங்கை நகரை எரிப்பான்” என்றார்.

மாருதி தான் பெற்ற வரத்தால் செருக்குற்று முனிவர்களிடம் குறும்புகள் செய்தான். அதனால் அவர்கள் “நீ உன் பலத்தை

அறியாமல் மறந்துபோவாய்” என்றார் ஒரு முனிவர். அனுமன் அவரைப் பணிந்து சாப விமோசனம் கேட்டான். அவர் “உன் பலத்தை யாராவது நினைவு படுத்தினால் இயல்பானவன் ஆவாய்” என்றார். இதன்பின் அனுமன் கிட்கிந்தை நகரில் சுக்கிரீவனுக்குத் துணைவனாக இருந்தான். ராமா உனக்கு மற்ற கதைகள் தெரியும் என்று அகத்தியர் பழைய விஷயங்களைச் சொன்னார்.

அகத்தியர் மேலும் பேசினார் “ராமா ராவணன் சீதையை ஏன் கவர்ந்து சென்றான்; தெரியுமா? அதற்கும் ஒரு கதை உண்டு. சொல்லுகிறேன் கேள்” என்றார்.

ஒருமுறை ராவணன் சனத்குமாரரைக் கண்டு சில கேள்விகள் கேட்டான். சரியை, கிரியை, யோகம், ஞானம் என்னும் நான்கு மார்க்கத்தினரும் யாரைத் தியானிக்கிறார்கள் என்று கேட்டார். அவர் நாராயணனை என்றார். இராவணன் நாராயணனுடன் போர் செய்து மரணமடைந்தால் என்ன ஆகும் என்று கேட்டான். சனத்குமாரர் வைகுண்ட பதவியை அடையலாம் என்றார். இதைச் சொல்லிவிட்டு அகத்தியர் உனக்கு மீதிக் கதை தெரியுமே ராமா என்றார்.

6. இராவணன் பெண்களிடம் அவமானப்பட்டது

இராவணன் நாராயணனுடன் எப்போது போர் செய்யலாம் என்ற நோக்குடன் இருந்த சமயத்தில்தான் நாரதர் வந்தார்.

இராவணன் முனிவரை வரவேற்றான். “முனிவரே என்னுடன் சமமாகப் போர் செய்ய யார் இருக்கிறார்கள்?” என்று கேட்டான். நாரதர் கொஞ்சம் யோசித்தார். பிறகு “மகா புத்திசாலியான வீரனே சுவேதத் தீபம் என்ற இடம் உள்ளது. அங்கு வாழ்கின்ற மக்கள் மிக்க வலிமையுடையவர்கள். அவர்கள் நாராயணனிடம்கூட மோதியவர்கள். நீ அங்கே போ” என்றார்.

இராவணன் தன் புஷ்பக விமானத்தில் சுவேதத் தீபத்திற்குச் சென்றான். அங்கே விமானம் நகராமல் நின்றது. ராவணன் திகைத்து நின்றபோது ஒரு பெண் வந்தாள். இராவணனைத் தன் கையால் பிடித்தாள். “நீ எங்கிருந்து வருகிறாய் சொல்” என்றாள். இந்தச் சமயத்தில் வேறு சில பெண்களும் வந்தனர்.

அந்தப் பெண்களைத் தன்னால் எதிர்க்க முடியாது என்பதைக் கண்டு கொண்டான் ராவணன். நாரதர் தன்னை ஏமாற்றிவிட்டார் என்று தெரிந்துகொண்டான். இவர்களிடம் சண்டைபோட்டு அவமானப்படுவதைவிட வைகுண்ட பதவியை அடைவது நல்லது என்று நினைத்து அந்தத் தீவை

விட்டு ஓடிப் போனான். இதன் பிறகு சீதையைக் கவர்ந்த கதை உனக்குத் தெரியுமே என்றார்.

இப்படியான கதைகளை எல்லாம் கேட்ட ராமன் அகத்தியரை வணங்கிப் பூசித்தான். அகத்தியரும் விடைபெற்றுப் போனார்.

7. சீதை கர்ப்பமானாள்

ராமன் தன் சகோதரர்களின் உதவியுடன் நாட்டை ஆண்டு வந்த நேரம். சீதாவின் உடலில் கர்ப்பத்தின் அடையாளம் தெரிந்தது. அவளது செந்தாமரை மலர் போன்ற உடல் பீர்க்கம்பு போல் ஆனது. குடம் போன்ற அவளது கொங்கைகளின் முனைகள் கருக்க ஆரம்பித்தன.

ஒருநாள் அரண்மனைத் தோட்டத்தில் சீதை தனித்து இருந்த போது தேவருலக இந்திரன் வந்தான். சீதையை வணங்கி விட்டு "நாராயணன் இல்லாத வைகுண்டம் வெறிச்சோடிக் கிடக்கிறது. இந்த மானிடப் பிறவியை விட்டுவிடுவதற்குரிய நேரம் நெருங்கிவிட்டது. விரைவில் தேவருலகை அலங்கரிக்க வேண்டும். தேவியே அருள் செய்ய வேண்டும்" என்றான். சீதை "ராமனிடம் சொல்லுகிறேன்" என்றாள்.

சீதை ராமனிடம் தனியாகப் பேசினாள். "ஜெகந்நாதரே; தேவர்கள் எல்லோரும் என்னிடம் வந்தனர். உங்கள் அவதாரத்தை முடிக்கும்படி கேட்டார்கள்" என்றாள். ராமன் "தேவி எல்லா வற்றையும் நான் அறிவேன். நாம் நமது அவதாரத்தை முடிக்க வேண்டிய சூழ்நிலை வந்துவிட்டது இதற்கு ஒரு உபாயம் கூறுகிறேன் கேட்பாய்.

சீதா உலகியல் காரணத்தை முன்வைத்து அபவாதத் திற்குப் பயந்து உன்னைக் காட்டிற்கு அனுப்பப் போகிறேன். நீ வான்மீகி ஆசிரமத்திற்குப் போ. உனக்கு இரண்டு ஆண் குழந்தைகள் பிறக்கும். நீ மறுபடியும் என்னை சந்திப்பாய். அப்போது பூமி இரண்டாய் பிளக்கும். அபவாதத்தைப் போக்க நீ அதில் குதிப்பாய். வைகுண்டம் போவாய். பிறகு நானும் வருவேன். தேவர்களின் குறையும் தீரும்" என்றான்.

8. சீதை காட்டிற்குப் போனாள்

இந்த நிகழ்ச்சி நடந்த ஓரிரு நாட்களில் ராமன் அரச சபையைக் கூட்டினான். விஜயபத்திரன் என்னும் உளவாளிகளின் தலைவனிடம் ராமன், "நகரத்தில் புதிய தகவல்கள் ஏதாவது

உண்டா" எனக் கேட்டான். அவன் தயங்குவதைக் கண்டு ராமன், "தைரியமாக எதுவும் சொல்லலாம்" என்றான்.

அவன் சொன்னான் "பேரரசே இலங்கை வேந்தனை நீயும் வானர வீரர்களும் வதைத்த நிகழ்ச்சியை மக்கள் கூடிக்கூடிப் பேசுகின்றனர். ராவணன் 12 மாதங்கள் சிறை வைத்திருந்த சீதையைக் காமசுகத்துக்காக சேர்த்துக்கொண்டானே இந்த ராமன். மக்கள் என்ன நினைப்பார்கள் என்று அவன் நினைக்க வில்லையே. விதியை விலக்க யாரால் முடியும் என்று சொல்லுகிறார்கள்" என்றான்.

விஜயபத்திரன் சொன்னதைக் கேட்ட ராமன் சஞ்சல முற்றதாகக்; காட்டிக்கொண்டான். தன் சகோதரர்களிடம் "சகோதரர்களே என் மகிழ்ச்சியும் துக்கமும் உங்களைப் பாதிக்கும்; என் அவமானத்திலும் உங்களுக்குப் பங்குண்டு. இப்போது நான் மக்களின் பழிச்சொல்லுக்கு ஆளாகிவிட்டேன். இலங்கையில் சீதா நெருப்பில் மூழ்கி எழுந்தாள். அதனால் வானரர்கள் அவளது தூய்மையை அறிந்துகொண்டனர்.

இங்குள்ள நிலை வேறு. அயோத்தி மக்கள் சீதையை நம்பவில்லை. நாட்டு மக்கள் உள்ளதை இல்லை என்றால் இல்லைதான்; இல்லாததை உண்டு என்றால் அது உள்ளதே. அதனால் நான் சீதையைத் துறக்க வேண்டியவனானே. ஆகவே லட்சுமணா, நீ சீதையைக் கானகத்தில் விட்டுவிடு" என்றான்.

லட்சுமணன் திகைத்து நின்றான். ராமனிடம் எப்படிப் பேசி மாற்றுவது என்று யோசித்தான். ராமன் லட்சுமணனின் மனநிலையை அறிந்து, "நீ தேர்ப்பாகன் சுமந்திரனின் உதவியுடன் இதைச் செய்தாக வேண்டும். மாற்று வழி தேடாதே" என்றார்.

லட்சுமணன் மறுத்துப் பேசவில்லை. ராமனின் கட்டளையைச் சீதையிடம் சொன்னான். அவள் ஏன் என்று கேட்காமலேயே புறப்பட்டாள். தேரில் அமர்ந்தாள். சுமந்திரன் ஓட்டினான். சீதை லட்சுமணனிடம் "எனக்கு வலக்கண் துடிக்கிறதே. என் நாதனுக்கும் கொழுந்தன்மார்களுக்கும் என்ன நடக்கப் போகிறதோ? தெய்வமே துணை என்றாள்.

லட்சுமணன் சீதையைப் பார்த்தான். தனக்கு வரப்போகும் துன்பத்தை அறியாமல் கணவனைப் பற்றிக் கவலைப்படும் இந்த அப்பாவியையா ராமன் சந்தேகப்படுகிறான் என்று நினைத்து தலை குனிந்தான். அவன் கண்களில் நீர் பெருகியது. சீதைக்கு ஆச்சரியம். "இளையவரே நீர் துயரப்படக் காரணமென்ன" என்று கேட்டாள்.

லட்சுமணன் அவையில் விஜயபத்திரன் பேசியதையும் சீதையின் மேல் ராமன் சந்தேகப்பட்டதையும் சொல்லி விட்டான். சீதை அப்படியே தேர்த்தட்டில் சாய்ந்துவிட்டாள். வயிற்றில் அடித்துக்கொண்டாள்.

என் கணவன் கொடிய மனம் உடையவனாய் என்னைக் காட்டில் விடச் சொன்னான். இதை என் நெஞ்சு எப்படிச் சகித்துக்கொண்டது?

ராமன் சொன்னதைக் கேட்டு இந்த இளையவன் பதில் சொல்லவில்லையே. இவரை என் நெஞ்சு எப்படிச் சகித்துக் கொண்டது?

ஊர்ப்பழியைக் கேட்டு இன்னும் இருக்கிறேனே. இதை எப்படி என் நெஞ்சு சகித்துக்கொண்டது?

தெய்வமே என் மனம் வலிமை உடையதா? எப்படித் தாங்கிக்கொண்டிருக்கிறேன்.

என்னைப் போல் இப்படித் துன்பப்பட்டவர் உண்டா? ரகுகுல திலகரின் மனுநெறி இதுவா? ராமனிடம் யாராவது கோள் சொல்லிவிட்டார்களா? என்னிடம் ராமன் இது பற்றிப் பேசவேயில்லையே.

இப்படியாக பலவாறு சொல்லிப் புலம்பினாள் சீதை. லட்சுமணன் மெல்லிய குரலில் பேசினான். "இது ஊழ்வினைப் பயன், ராமன் விதியில் செயலுக்குக் கட்டுப்பட்டவன். துக்கத்தை விடுங்கள்" என்றான்.

சீதை "இளையவரே நான் கர்ப்பமாகி நான்கு மாதங்களாகி விட்டன. உலக வாயை மூட முடியாது. இனிவரும் காரியங்களை அறியேன். என் உடல் நிலையைக் கொஞ்சம் பாரும்" என்றாள்.

லட்சுமணன் "தாயே உமது கர்ப்ப நிகழ்ச்சியைத் தோழிகள் வழி அறிந்து மகிழ்ச்சியடைந்தேன். ரகுவம்சம் தழைக்கப் போகிறது என்று நினைத்தேன். இனி என்ன நடக்கப் போகிறதோ? விதி தீர்மானிக்கட்டும்" என்றான்.

லட்சுமணன் சீதையைக் காட்டில் ஒரு இடத்தில் விட்டான்; திரும்பிச் சென்றான். அவனது தேர் போவதை மெல்லத் திரும்பிப் பார்த்தாள். கொஞ்ச நேரத்தில் அவன் திரும்பி வருவான் என நினைத்தாள். ஆனால் அவன் வரவில்லை. அவளுக்கு அழத்தான் முடிந்தது.

அசோகவனத்தில்கூடக் கொடும் அரக்கிகள் உடன் இருந்தார்களே. இப்போது யாருமற்றவளாகிவிட்டேனே. என்

அத்யாத்ம ராமாயணம்

கணவன் கைவிட்ட பிறகு பிறந்த வீட்டில் என்ன மரியாதை கிடைக்கும். அங்கும் போக முடியாதே என்றெல்லாம் சப்தமாகச் சொல்லி அழுதாள்.

9. வான்மீகி ஆசிரமம்

சீதையின் அழுகுரல் வான்மீகியின் ஆசிரமத்துப் பெண்களுக்குக் கேட்டது. அவர்கள் அழுகுரல் கேட்ட இடத்துக்கு வந்து. சீதையைப் பார்த்தார்கள். வான்மீகியிடம் செய்தியைச் சொன்னார்கள். "பெருமுனிவரே! ஒரு பெண்ணைக் காட்டில் கண்டோம். அவள் வானத்திலிருந்து வந்தவளா மண்ணில் பிறந்தவளா அறியோம்; தனியே புலம்புகிறாள்" என்றாள்.

வான்மீகி சீடர்களுடன் சீதை இருந்த இடத்திற்குப் போனார். "பெண்ணே உன்னைப் பற்றிய எல்லா விஷயங்களையும் என் ஞானக் கண்ணால் தெரிந்துகொண்டேன். உன்னை இங்கு விடச் சொன்ன காரியம் அறிவேன். என் ஆசிரமத்திற்கு வா. அனேகம் பெண்கள் இருக்கிறார்கள். உன்னை பார்த்துக் கொள்வார்கள்" என்றார். சீதையை அந்தப் பெண்களிடம் ஒப்படைத்தார். அவளை யாரென்று அறிமுகப்படுத்தினார்.

சீதையைக் காட்டில் விட்டுவிட்டு நேரடியாக அயோத்தி சென்ற லட்சுமணன் ராமனை சந்தித்தான். "அண்ணா, மக்கள் இனி யாரையும் பழி சொல்ல மாட்டார்கள். எல்லாம் விதியால் வந்தது" என்றான்.

10. நிருகன் கதை

ராமன் லட்சுமணனிடம், "நாம் இனி நாட்டை ஆட்சி செலுத்துவதில் கவனம் செலுத்துவோம். அப்படியாவது நம் மனத்துக்கு ஆறுதல் கிடைக்கட்டும். நம் முந்தைய ஆட்சியாளர் பற்றி கதை ஒன்றைச் சொல்லுகிறேன் கேள்" என்றான்.

"லட்சுமணா நம் முன்னோர்களில் நிருகன் என்ற அரசன் இருந்தான். அவன் ஒருமுறை பிராமணன் ஒருவனுக்குப் பசு ஒன்றைத் தானம் கொடுத்தான். பிராமணன் பசுவை வீட்டிற்குக் கொண்டு சென்றான். ஐந்தாறு நாள் கழிந்தது. பழக்கம் காரணமாய் பசு தன் முந்தைய எஜமானனான அரசனின் தொழுத்துக்குச் சென்றுவிட்டது. அரசனுக்கோ அதிகாரிகளுக்கோ அது தெரியாது.

ஒருநாள் அரசன் அதே பசுவை இன்னொரு பிராமணனுக்குத் தானம் செய்துவிட்டான். அவனும் அதை வீட்டிற்குக் கொண்டு சென்றான். ஐந்தாறு நாள் கழிந்தது.

முதலில் பசுவைத் தானம் வாங்கிய பிராமணன் தற்செயலாக அந்தப் பசுவைப் பார்த்தான். தொலைந்துபோன என் பசுவல்லவா இது என்றான். இரண்டாவதாகத் தானம் வாங்கிய பிராமணன் எனக்கு இது எனக்கு அரசன் தானமாகத் தந்தது அல்லவாஎன்றான்.

இருவரின் சண்டை முடிவில்லாமல் போனது. அரசனிடம் நீதி கேட்கப் போனார்கள். தங்கள் வழக்கை முறையிட்டார்கள். அரசன் அதை விசாரிக்கக் காலம் தாழ்த்தினான். நாட்கள் நகர்ந்தன. இரண்டு பிராமணர்களும் தங்களுக்குள் சமரசம் செய்து கொண்டனர். அவர்களின் கோபம் அரசனிடம் திரும்பியது. "நீ பச்சோந்தியாகப் போவாய்" எனச் சாபம் கொடுத்தனர். பின் இருவரும் அந்தப் பசுவை வேறு ஒரு ஏழைப் பிராமணனுக்குத் தானம் செய்துவிட்டு போய்விட்டனர்.

11. ஜனகன் பிறப்பு

இலட்சுமணா இன்னொரு கதை சொல்லுகிறேன் கேள். நிமிச்சக்கரவர்த்தி என்று அரசன் இருந்தான். அவன் யாகம் செய்ய விரும்பினான். வசிட்டரிடம் கேட்டான். அவர், நான் வேறு ஒருவனுக்கு யாகம் செய்ய வாக்களித்திருக்கிறேன். அது முடிந்து வருகிறேன் என்றார்.

நிமிக்கு அவசரம். கவுதம முனிவரைக் கொண்டு யாகம் செய்தார். யாகம் முடியும் தறுவாயில் வசிட்டர் வந்தார். தன்னை விலக்கிவிட்டு வேறு ஒருவன் உதவியுடன் யாகம் செய்கிறானே நான் வந்தது தெரியாமல் மதிக்காமல் நடக்கிறானே என்று நினைத்துக் கோபத்தில், "மன்னா, நீ உடலை இழந்து தவிப்பாய்" எனச் சாபமிட்டார். நிமி மன்னர், "நீர் வந்தது எனக்குத் தெரியாது; அநியாயமாய் எனக்கு கொடுத்த சாபம் உம்மையும் பற்றட்டும்" என்றான்.

அரசனும், வசிட்டரும் மாறி மாறிச் சாபம் கொடுத்துக் கொண்டதால் இருவரும் ஆவியாக மாறினார்கள். வசிட்டரின் ஆவி பிரம்மாவிடம் சென்றது; எனக்கு எப்போது விமோசனம் எனக் கேட்டது. பிரம்மா வருணன் பெற்ற சாபத்தின் காரணமாக உனக்கு விமோசனம் கிடைக்கும். நீ ஒரு குடத்தில் அகத்தியருடன் பிறப்பாய் என்றார்.

நிமிச்சக்கரவர்த்தியின் உடலை அவனது அமைச்சர்கள் தைலம் பூசிப் பாதுகாத்தனர். அரசனின் ஆவி கவுதமர் உதவியால் பழைய வேள்வியைத் தொடர்ந்து செய்து முடித்தது. இதனால் மகிழ்ந்த தேவர்கள் நிமியின் ஆவியிடம் உனக்கு என்ன வேண்டும் எனக்கேட்டனர். அந்த ஆவி, "நான் உலகில் மனிதர்கள் கண்களுக்கு

மானிட உருவத்துடன் காட்சியளிக்க வேண்டும்; என் ஆசை இது" என்றது. தேவர்கள் அப்படியே ஆகுக என்றனர்.

இதன் பின் சில ஆண்டுகள் கழித்து கவுதமன் நிமியின் உடலைத் தீக்கடைக் கோலால் கடைந்தார். அதிலிருந்து ஜனகன் தோன்றினான். அவன் மிதிலையின் அரசன் ஆனான். இப்படி ஒரு கதையை ராமன் சொல்லி முடித்ததும் லட்சுமணன் "அண்ணா உலகில் அடக்கத் தருந்தது எது" எனக் கேட்டான்.

12. நகுஷன் கதை

ராமன் அமைதியான குரலில் பேச ஆரம்பித்தான். "இளையவனே கோபத்தை அடக்காத வேந்தன்; குருவின் உபதேசத்தை நம்பாத சீடன்; தாகம் தீர்க்க உதவாத தண்ணீர். பாபம் தீர்க்காத தீர்த்தம் இவை நாலும் பயனற்றவை. மூங்கிலில் பிறக்கும் நெருப்பு அந்த மரத்தை எரித்துவிடுவது போல ஒருவனின் கோபம் அவனைச் சுட்டு எரித்துவிடும்.

லட்சுமணா ஒருவன் எவ்வளவு திறமையும் வீரமும் கொண்ட அரசனாக இருந்தாலும் பெருங்கோபக்காரனாக இருந்தால் எல்லாம் நிர்மூலமாகிவிடும். ஒரு கதை சொல்லுகிறேன் கேள்.

முன்னொரு காலத்தில் நகுஷன் என்ற அரசன் இருந்தான். பெரிய யாகம் செய்து இந்திரனின் தகுதியை அடைந்தான். அவனது மகன் யயாதி. இவன் தந்தையைவிட வீரியம் மிக்கவன். இந்த அரசனுக்கு இரண்டு மனைவிகள், ஒருத்தி தைத்திரிய குலத் தலைவனின் மகள் சர்மிஷ்டை; இன்னொருத்தி சுக்கிராச்சாரியாரின் மகள் தேவயானி.

சர்மிஷ்டைக்கு புரூ என்றும் தேவயானிக்கு யது என்னும் புதல்வர்கள் இருந்தனர். யயாதி சர்மிஷ்டையிடமும் மகன் புருவிடமும் மிகுந்த அன்பு பாராட்டினான். யயாதி எப்போதும் தேவயானியின் மகன் யதுவைக் கோபத்தில் பழித்துப் பேசினான். யது பொறுத்துப் பார்த்தான். வேறு வழியில்லை. அவன் அம்மாவிடம் முறையிட்டான்.

தேவயானி தன் தந்தை சுக்கிரரிடம் யயாதி பற்றிச் சொன்னாள். நானும் என் மகனும் நெருப்பில் விழுந்து மாண்டு போகிறோம்; அரசன் யயாதி மேன்மை அடையட்டும் என்றாள். சுக்கிரருக்குக் கோபம் தலைக்கேறியது. யயாதியை உடனே மூப்பு வந்தடையட்டும் எனச் சாபமிட்டார்.

சாபம் உடனே பலித்தது. யயாதி கூன் விழுந்து கண்ணில் பீளை வடிய நரை முடி கூடிய கிழவன் ஆனான். அவனுக்குத்

துக்கம் தாங்க முடியவில்லை. சுக்கிரர் சாப விமோசனமும் கொடுத்திருந்தார்.

யயாதி தன் மகன் யதுவிடம், "அறிவில் சிறந்தவனே, ஆலமரம் விழுந்தாலும் அதன் விழுதுகள் அதைக் காப்பாற்றும் அதுபோல் நல்ல புதல்வன் தந்தையைக் கைவிட மாட்டான். நீ என் மூப்பை எடுத்துக்கொள்; நீ அரசனாக இரு! சிறிது காலம் நான் உலக சுகத்தை அனுபவித்துவிட்டு உன் மூப்பை எடுத்துக் கொள்ளுகிறேன்; சுக்கிரர் கொடுத்த சாபத்திற்கான விமோசனம் இது; வேறு சாத்தியம் இல்லை என்றான். யது தந்தையின் கோரிக்கையை மறுத்துவிட்டான்.

யயாதி தன் இரண்டாவது மகன் புரூவிடம் குற்றமற்றவனே நீயாவது கொடிய இந்த மூப்பை எடுத்துக்கொள்ளுவாயா? எனக் கேட்டான். அவன் சரி என்றான். மூப்பு இடம் மாறியது. புரூ அரசனானான். சில வருஷங்கள் கழிந்தன. ஒருநாள் யயாதி தன் மகனிடம் மூப்பை வாங்கிக் கொண்டான்."

ராமன் பேசியதைக் கேட்ட லட்சுமணன், "மனிதன் பிறக்கிறான். செய்யும் பாவ புண்ணியத்திற்கேற்ப சுவர்க்கத்தையோ நரகத்தையோ அடைகிறான். மறுபடியும் பிறக்கிறான். ஆனால் நிரந்தரமான இன்பத்தை அடையவில்லை. உலகப் பற்றை நீக்கி ஞானமடையும் வழியை நல்குவாய்" எனக் கேட்டான். ராமன் அவனுக்கு ஞான உபதேசம் செய்த செய்தி உத்தர காண்டத்தில் இப்பகுதி விரிவாக வருகிறது.

13. இலவணன் வதை

ராமன் தன் சகோதரர்களின் உதவியுடன் நாட்டை ஆண்டு வரும்போது யமுனை நதிக்கரையில் தவம் செய்யும் பிராமணர்களும் பிருகு வம்சத்தில் வந்தவர்களும் முனிவர்களில் சிறந்தவனான சியவணரைத் தலைமையாகக் கொண்டு ராமனின் அவைக்கு வந்தனர். காவலர் பணிவாக அவர்களை ராமனிடம் அனுப்பினார். ராமன் அவர்களை உபசரித்து விட்டு, "எங்கள் குலதெய்வம் போன்றவர்களே, என்னைத் தேடி வந்த காரணம் அறியலாமா? என்ன இருந்தாலும் சொல்லுங்கள்" என்றான்.

முனிவர்கள் வந்த காரணத்தை விரிவாகச் சொன்னார்கள். "அரசே முன்னொரு காலத்தில் மது என்னும் அரக்கன் இருந்தான். அவன் தேவர்களிடத்திலும் முனிவர்களிடத்திலும் அன்பு உடையவன். பரமசிவனைப் பூசை செய்தவன். சிவன்

அவனது பக்திக்கு மகிழ்ந்து வலிமையுள்ள சூலாயுதம் ஒன்றை அவனுக்குக் கொடுத்தான்.

மது இலங்கை அரசன் ராவணனின் தங்கை கும்பநசி என்பவளை மணந்து சந்தோஷமாக இருந்தான். இவர்களின் மகன் இலவணன். மது இறந்ததும் இலவணன் அரசனானான்; தந்தையின் சூலமும் அவன் கைக்கு வந்தது. தீயவனான இவன் முனிவர்களையும் தேவர்களையும் துன்புறுத்தினான். சிவன் கொடுத்த ஆயுதம் இவனிடம் இருந்ததால் அவனை எதிர்க்க எல்லோரும் அஞ்சினர். அதனால் உன்னிடம் அடைக்கலம் புகுந்தோம்" என்றனர்.

பிராமணர்கள் கூறியதை எல்லாம் பொறுமையாகக் கேட்ட ராமன், "உங்களுக்கு அபயம் அளிக்கிறேன். அந்த அசுரனை வெல்ல ஆளனுப்புகிறேன்" என்றான். அவர்கள் மகிழ்ச்சியுடன் யமுனையின் கரைக்குச் சென்றனர். பின்னர் ராமன் தன் மூன்று தம்பிகளை அழைத்தான். யமுனைக்கரைவாசிகளின் பிரச்சனையைக் கூறி அந்த அரக்கன் லவணனைக் கொல்ல என்ன செய்வது என்று கேட்டான்.

இதைக் கேட்ட லட்சுமணன், "எனக்கு உத்தரவு தந்தால் அந்த அரக்கனைக் கொன்று மீண்டு வருவேன்" என்றார். லட்சுமணன் பேசி முடித்ததும் பரதன் எழுந்து "அண்ணாவே லட்சுமணன் பெரிய சாதனை எல்லாம் செய்துவிட்டான். என்னைப் பணித்தால் அந்த அரக்கனை அழித்து வருகிறேன்" என்றான்.

பரதன் அமர்ந்ததும் சத்துருக்கனன் எழுந்தான். "அய்யனே லட்சுமணன் பெரிய சாதனைகளைச் செய்துவிட்டான் என்பது ரகசியம் அல்ல. பரதனும் பலராலும் புகழப்படுகின்றவன் ஆகிவிட்டான். அவன் உன் பாதுகைகளை நந்திக்கிராமத்தில் வைத்துப் பூசை செய்து ஆட்சி செய்தவன். துக்கத்தால் பீடித்தபடி 14 வருஷங்கள் இருந்தான். அவன் சோகத்தை விட்டு இப்போது தான் கொஞ்சம் மகிழ்ச்சியுடன் இருக்கிறான். ஆகவே நானே போருக்குப் போகிறேன்" என்றான்.

சத்துருக்கனின் பேச்சு ராமனுக்கு உகந்ததாய் இருந்தது. அதனால் யோசிக்காமல் சத்துருக்கனா என் ஆசி உனக்கு உண்டு; நீயே போருக்குப் போ என்றான். உடனே புறப்பட்டான் சத்துருக்கனன். நான் படைகளுடன் சென்றான். சத்துருக்கனன் போகும் வழியில் வான்மீகியின் ஆசிரமத்துக்குச் சென்றான். அவர் அவனை உபசரித்தார்.

சத்துருக்கனன் அன்று இரவு வால்மீகியின் ஆசிரமத்தில் தங்கினான். அன்றுதான் சீதைக்கு இரட்டைக் குழந்தைகள்

அ.கா. பெருமாள்

பிறந்தன. வான்மீகி தர்ப்பைப் புல்லால் குழந்தைகளைத் தடவி ஆசி கூறினார். அதனால் அவர்கள் குசன், லவன் என அழைக்கப்பட்டனர். சத்துருக்கனன் குழந்தை பிறந்த செய்தியைக் கேட்டான். செல்வ வளம் பொருந்திய அயோத்தியில் பிறக்க வேண்டிய குழந்தைகள் காட்டில் பிறந்து இப்படி இருக்கின்றனவே என நினைந்து வருந்தினான்.

அடுத்த நாள் தன் வீரர்களுடன் யமுனைக் கரைக்குப் போனான். அங்கிருந்த பிராமணர்களிடம் உங்களுக்குத் துன்பமளிக்கும் அரக்கனைப் பற்றி விவரம் கூறுங்கள் என்றான். அவர்கள் சொன்னார்கள்.

சத்துருக்கனன் லவணனின் நகரத்துக்குப் படையுடன் போனான். அப்போது இலவணன் வேட்டைக்குப் போயிருந் தான். அவன் வந்ததும் சத்துருக்கனனைப் பார்த்தான். இன்னார் என அறிந்து கொண்டான். "என் தாய்மாமன் ராவணனைக் கொன்ற பதரின் தம்பியே உன்னைக் கொன்று பழி தீர்க்கிறேன்" என்றான்.

சத்துருக்கனனும் லவணனும் கடும் போர் புரிந்தனர். வெற்றி சத்துருக்கனனுக்கு. இலவணன் போர்க்களத்தில் மடிந்தான். பின் சத்துருக்கணன் அந்த நாட்டை நிர்வகிக்க தன் படையின் ஒரு பகுதியையும் ஒரு மந்திரியையும் இருத்தினான். சில நாளில் ராமனிடம் வந்தான். நீ அந்த நாட்டில் அரசனாக முடிசூடிக்கொள் என்றான் ராமன்.

* * *

குசன், லவன் இருவருக்கும் வான்மீகி குருவாக இருந்து கற்பித்தார். அவரே போர்க்கலையும் கற்பித்தார். இருவரும் வேதம் ஓதுவதிலும் வல்லவர் ஆயினர். இருவரும் வான்மீகி சொல்லிக் கொடுத்த ராமனின் கதையைப் பாடினர். இவர்கள் யாழ் மீட்டிப் பாடும் சிறப்பைக் கண்ட கந்தர்வர்களும் வியந்தனர். வான்மீகி இரு புதல்வர்களுக்கும் தத்துவார்த்த விஷயங்களையும் எளிய நிலையில் கற்பித்தார்.

14. அகத்தியர் சொன்ன கதை

சத்துருக்கனன் லவணனுடைய நாட்டில் அரசனாக முடி சூட்டிக் கொண்டான். மற்ற மூவரும் அயோத்தியில் இருந்தனர். ராமனின் நல்லாட்சி நடந்துகொண்டிருந்தது . ஒருநாள் ராமன் அரியணையில் அமர்ந்திருந்தான். முதிய பிராமணர் ஒருவர் மனைவியுடன் வந்தார். அவரது கையில் சிறுவன் ஒருவனின் பிணம் இருந்தது.

பிராமணனின் மனைவி, "என் கண்மணியே நான் என்ன பாவம் செய்தேன்" என்று புலம்பி அழுதாள். ராமன் அவளை அமைதிப்படுத்தினான். நாங்கள் எந்தப் பாவமும் செய்ய வில்லை. இந்தத் துன்பம் எனக்கு ஏன் வந்தது எனக் கேட்டாள். சபையோர் பதில் பேசவில்லை.

அப்போது நாரதர் வந்தார். ராமன் அவரிடம் தன் கேள்வியை முன்வைத்தான். அவர் "அரசே அரச தர்மம், வருண தர்மம், ஆசிரிய தர்மம், வர்ணாஸ்ரம தர்மம் எனப் பல தருமங்கள் உள்ளன. இந்தத் தருமம் மாறுகின்றபோது இதுபோன்ற நிலை ஏற்படும். அதாவது சூத்திரன் தான் செய்ய வேண்டிய தருமத்தை விட்டுவிட்டு பிராமண தருமத்தை மேற்கொண்டால் இதுபோன்ற துன்பம் ஏற்படும். யாரோ ஒரு சூத்திரன் கானகத்தில் தலைகீழாகத் தொங்கிக்கொண்டு தவம்புரிவதால் இது நிகழ்ந்தது. இந்தச் சிறுவன் இறந்தது இதனால்தான்" என்றார்.

இதைக் கேட்ட ராமன் லட்சுமணனிடம் "இந்தப் பிணத்தின் மேல் தைலம் பூசிப் பாதுகாப்பாக வைக்க ஏற்பாடு செய். இந்தப் பிராமணனை அழைத்துச் சென்று ஒரு இடத்தில் ஆறுதலாக இருக்கவை" என்றான். லட்சுமணனும் அப்படிச் செய்தான்.

ராமன் தேரின் மேல் ஏறி நான்கு திசைகளுக்கும் சென்றான். தலைகீழாகத் தொங்கும் சூத்திரனைத் தேடினான். தென்திசையில் புனிதத்தாமரைப் பொய்கையின் அருகே மரத்தில் ஒருவன் தலைகீழாகத் தொங்கியபடி தவம் செய்துகொண்டிருந்தான். ராமன் அவன் அருகில் சென்றான். "நீ அந்தணனா அரசனா வைசியனா சூத்திரனா மறைக்காமல் சொல்லு" என்றான்.

சம்புவன் என்னும் பெயருடைய அவன்நன் சூத்திரன். இந்த உடலுடன் தேவ உலகிற்குச் செல்ல கோரத்தவம் புரிகின்றேன்" என்றான். ராமன் பதில் சொல்லவில்லை. வாளை உருவினான். சம்பவன் தலையை வெட்டினான். இந்திரன் முதலானோர் பூமாரி பொழிந்தனர்.

தவத்தின் மகிமையால் சம்பவன் இறக்கவில்லை. அவன் தலை பேசியது. "அரசனே, உம் கையால் இறந்தது புண்ணியம்" என்றான். ராமன் அந்தப் பிராமணனின் மகன் பிழைக்க வேண்டும்; உன் தவத்தின் பலனால் அது நடக்கட்டும் என்றான். சம்புவன் அப்படியே ஆகுக என்றான்.

15. சுவேதையின் கதை

பின்னர் ராமன் அயோத்திக்கு வந்தான். அப்போது அகத்தியர் இருந்தார். "ராமா நல்ல காரியம் செய்துவிட்டு வந்தாய். என்னிடம்

உள்ள மணியாரத்தை உனக்குத் தருகிறேன். இது அபூர்வமானது" என்றார். ராமன் "இந்த ஒளி வீசும் மாலை உமக்கு எப்படிக் கிடைத்தது?" என்று கேட்டான். அவர் பழைய கதை ஒன்றைச் சொன்னார்.

நான் தவம் செய்வதற்காகக் காட்டின் உட்பகுதியில் ஒரு இடத்தைத் தேடிக்கொண்டிருந்தேன். மனிதர்கள் நெருங்காத மரங்கள் செறிந்த மலர்கள் நிறைந்த ஒரு இடத்தைக் கண்டுபிடித்தேன். அங்கே, சிறு நீர் நிலை ஒன்று இருந்தது. ஒரு ஆசிரமும் இருந்தது. அங்கு அன்று இரவு தங்கினேன். அடுத்த நாள் காலையில் வாசலின் அருகே ஒரு பிணம் கிடந்ததைக் கண்டு அதிர்ச்சியடைந்தேன். இது யாருடையது என்று நான் யோசித்துக்கொண்டிருந்த போது ஆகாயத்திலிருந்து பாடகர்கள் சிலர் அங்கே இறங்கினர். கூடவே அரம்பையர், அவர்கள் பாடவும் ஆடவும் செய்தனர். நான் திகைத்து நின்றபோது ஒரு விமானம் தரையில் இறங்கியது. அதிலிருந்து மன்னனைப் போன்ற ஒருவன் இறங்கினான்.

அவன் பிணத்தில் அருகே வந்தான் அதைக் கையால் பிடித்து பிய்த்துப் பிடுங்கிக் தின்றான். பின் அந்தப் பொய்கையில் நீரைக் குடித்தான். அவன் விமானத்தில் ஏறப் புறப்பட்ட போது நான் அவனிடம் சென்றேன். இப்படி நீ செய்வதன் காரணமென்ன என்று கேட்டேன். அவன் பதிலைக் கதைபோல் சொன்னான்.

"முனிவரே என் பெயர் சுவேதை. என் தம்பி சுவேதன். எங்கள் நகரின் பெயர் அசுவேதன். என் நாடு மலைவளம் உடையது. என் தந்தை இறந்ததும் நான் அரசனானே. பல வருஷங்கள் ஆட்சி செய்தேன். எனக்கு அரசனாயிருப்பது பிடிக்கவில்லை. நாட்டை தம்பியின் கையில் கொடுத்தேன். காட்டிற்கு சென்று தவம் செய்தேன். அப்பலனால் பிரம்ம லோகம் சென்றேன்.

பிரம்ம லோகத்தில் என்னால் நிம்மதியாக இருக்க முடியவில்லை. எப்போதும் பசி; தாகம் தவித்தேன். எனக்கு ஒன்றும் புரியவில்லை. பிரம்ம லோகத்தில் இப்படி ஒரு கஷ்டமா? பிரம்மாவிடம் கேட்டேன். அவர் காரணம் சொன்னார்.

அரசனே உன் கொடிய தவத்தால் பிரம்ம லோகம் வந்து விட்டாய். நீ அரசனாக இருந்தபோது சில தவறுகள் செய்தாய். உன் அரச பொக்கிஷத்தை நிரப்புவதில் கவனமாக இருந்தாய். ஏழைகளைக் கவனிக்கவில்லை. அவர்களை வறுமையில் வாடவிட்டாய்.

உன் பாவத்திற்கு விமோசனம் சொல்லுகிறேன். உன் பூத உடல் ஒரு காட்டில் கிடக்கிறது. அதை நீ தின்றால் பசி போகும்.

அந்தப் பிணம் கிடக்கும் காட்டில் உள்ள நீரைப் பருகு. தாகம் போகும். மன்னனே நீ அந்தக் காட்டில் ஒரு குறுமுனியைச் சந்திப்பாய். அப்போது நிரந்தரமாகப் பசி போகும் என்றார். இப்போது உம்மைக் கண்டுகொண்டேன்" என்றான் சுவைதை.

அந்த அரசன் தன் கழுத்தில் கிடந்த மாலையை எனக்குத் தந்தான். இது சக்திவாய்ந்தது என்று சொன்னான் என அகத்தியர் கூறினார்.

16. தண்டன் கதை

ராமன் கும்பமுனியிடம், நீங்கள் தவம் செய்த இக்கானகத்தில் மானிடரோ விலங்குகளோ இல்லை என்றீர்களே அது சாத்தியமா என்றான். முனிவர் அதற்கும் ஒரு நிகழ்ச்சியைச் சொன்னார்.

"பூபாலா ஒரு காலத்தில் தண்டன் என்ற அரசன் இருந்தான். அவன் ஒருமுறை சுக்கிராச்சாரியார் தவம் செய்த காட்டிற்குப் போனான். அங்கிருந்த அழகிய பூஞ்சோலையில் மயிலைப்போல் உலாவிக்கொண்டிருந்த அழகிய இளம் பெண்ணைக் கண்டான். அவளிடம் நீ யார் எனக் கேட்டான். அவள் அசுரகுரு சுக்கிராச்சாரியாரின் மகள்; என் பெயர் சுரை என்றாள்.

தண்டனுக்கு அவளது அழகில் மயக்கம் வந்தது. தன் குலகுரு சுக்கிரரின் மகள் அவள் என்பதை மறந்து பேச ஆரம்பித்தான். அவளை ஆசையுடன் அழைத்தான். அவள் "நீ அப்பால் போய்விடு; என் தந்தை அறிந்தால் உன் நாட்டை நாசம் செய்துவிடுவார். இமைப்பொழுதும் இங்கே நில்லாதே" என்றாள். காம விகாரம் கொண்ட தண்டன் அவளை வலியப் புணர்ந்தான்.

அவள் தலைவிரி கோலமாகத் தந்தையிடம் சென்று தனக்கு நடந்த மானக்கேட்டைச் சொன்னாள். சுக்கிரர் துடித்துப் போனார். கோபத்தின் உச்சத்திற்குப் போனார். அவனைச் சபிக்க ஆரம்பித்தார். உன்னை இப்படி ஆக்கிய அந்த அரசனும் அவனது உறவினர்களும் அழியட்டும். அவனது நாடு எரிந்து சாம்பலாகட்டும். அங்கு மிருகங்கூடச் செல்லாது என்றார்.

அவரது சாபம் பலித்தது. அந்தக் கானகம் தான் நான் தவம் செய்யப்போன இடம் என்றார் அகத்தியர். பின் ராமன் அவருக்கு வேண்டியவற்றைக் கொடுத்து அனுப்பினான்.

17. அசுவமேத யாகம்

ராமன் தன் இரண்டு சகோதரர்களை அழைத்தான். நான் ராஜசூய யாகம் செய்ய விரும்புகிறேன். உங்கள் கருத்து என்ன

என்று கேட்டான். லட்சுமணன் "அய்யனே நான் நிரம்பக் கற்றவன் அல்லன் என்றாலும் அறிந்ததைச் சொல்லுகிறேன். இந்த நாட்டையும் உன்னையும் மக்கள் மிகவும் விரும்புகிறார்கள். அடுத்த தேசத்திலும் உன் புகழ் பரவி இருக்கிறது. அந்த நாட்டு மக்களும் மதிக்கிறார்கள்.

அரசே ராஜசூய யாகம் செய்வதால் அந்த நாடுகளுடன் சண்டை போட வேண்டிவரும். அங்கிருந்து செல்வங்களைக் கவர்ந்துவர வேண்டியிருக்கும். அதைவிட அசுவமேத யாகம் செய்யலாமே அது நல்லது. விருத்திரன் என்ற அசுரனைக் கொன்ற பாவத்தைத் தீர்க்க ததீசி முனிவர் அசுவமேத யாகம் செய்தார் எனக் கேட்டிருக்கிறேன். இது பிறரை வருத்தாத யாகம்" என்றான்.

ராமன் லட்சுமணன் சொன்னதை அப்படியே ஏற்றுக் கொண்டான். அதற்குரிய ஏற்பாடுகளைச் செய்யச் சொன்னான். யாகத்துக்கு உரிய குதிரையைத் தேர்ந்தெடுத்தனர்.

யாகத்திற்கு வர எல்லோருக்கும் அழைப்பு சென்றது. விபீஷணன், சுக்கிரீவன், குகன், அனுமன் என முக்கியமானவர்களை விஷேசமாய் அழைத்தான். மதுரை அரசனான சத்துருக்கனன் முன்னதாக வந்துவிட்டான். கோமதி நதியின் கரையில் உள்ள நைமிசாரண்யம் என்ற இடத்தில் யாகம் நடத்தலாம் என்று தீர்மானித்தனர். அகஸ்தியர் உட்படப் பல முனிவர்கள் தனி இல்லங்களில் தங்கினர்.

இந்த நேரத்தில் வான்மீகி முனிவர் லவனிடமும் குசனிடமும் பேசினார். "பாலகர்களே, அயோத்தி அரசன் ராமன் பெரு வேள்வி செய்யப் போகிறான். அதற்கு முனிவர்களும் அறிஞர்களும் வரப்போகிறார்கள். நீங்கள் அங்கே செல்ல வேண்டும். நான் உங்களுக்குக் கற்பித்த ராமாயணக் கதையை ஏழு நரம்புகளை உடைய மகர யாழை மீட்டிப் பாடுங்கள்" என்றார்.

பேரழகுடைய அந்தச் சிறுவர்கள் வான்மீகி கூறியபடி கோமதி நதிக்கரைக்கு வந்தனர். வேள்விச் சாலை அருகே சென்றனர். அங்கே இடத்தில் பொதுமக்கள் கூடிய இடத்தில் நின்று பாடினர். மக்கள் மயங்கி நின்றனர்.

சாரணர்கள் இச்செய்தியை ராமனிடம் சொன்னார்கள். "தேவனே இரண்டு சிறுவர்கள் முச்சந்தியில் யாழ்மீட்டிப் பாடுகின்றனர்" என்றனர். ராமன் "அவர்களை அழைத்து வாருங்கள்" என்றான். சிறுவர்கள் வந்தனர்.

ராமன் அவர்களைப் பாடச் சொன்னான். நாரதர் நாணும்படி யாழை மீட்டினர். ராமனின் கதையைப் பாடினார்கள். ராமன், "சிறுவர்களே உங்களுக்கு இந்தக்

கதையைச் சொல்லிக் கொடுத்தவர் யார்? நீங்கள் யாவர்?" எனக் கேட்டான்.

சிறுவர்கள் "வான்மீகி முனிவர் எங்களுக்குச் சொன்ன கதை; நாங்கள் குசன், லவன்" என்றனர். ராமன் அமைச்சரிடம் இவர்களுக்குக் கோடிப் பொன் கொடுங்கள் என்றான்.

பாலகர்கள் "பேரரசே நாங்கள் பொருளுக்காக இங்கு பாட வரவில்லை. பொன் ஆசையைத் தூண்டுவது; துயரத்தை உண்டாக்குவது; உறக்கத்தைப் போக்குவது. நாங்கள் காட்டில் வாழ்கிறோம். கோடிப் பொன் எங்களுக்கு காஞ்சிரங்காய்க்குச் சமம்" என்றார்கள்.

லவகுசர் கானகம் சென்றுவிட்டனர். ராமன் யாகத்தை முறைப்படி முடித்தான். மறுபடியும் பாலகர்கள் ராமனிடம் வந்தனர். பாடினர்.

ராமன் அவர்களை அடையாளம் கண்டுவிட்டான். சீதையின் பெருமையை உலகோருக்குக் காட்ட இது தருணம் என நினைத்தான். வான்மீகியை வரவழைத்தான்.

சீதை வான்மீகியுடன் வந்தாள். ராமனைப் பார்த்தாள். மறுபடியும் அக்கினிப் பிரவேசம் என்னும் கட்டளை அவளுக்குத் துக்கத்தையும் வெறுப்பையும் தந்தது.

வான்மீகி கமண்டல நீரைப் பூமியில் தெளித்தார். பூமி பிளந்தது. அதிலிலிருந்து பூமாதேவி வந்தாள். சீதை அவளுடன் பூமிக்குள் மறைந்தாள்.

18. லட்சுமணனின் இறப்பு

ராமனும் சத்துருக்கனனும் மதுரை நகரம் சென்றனர். லட்சுமணன் தன் மக்களான அங்கதன், சந்திர கேது ஆகியோருடன் துஷ்டரை அழிக்கப் படையுடன் போனான்.

ராமன் அயோத்திக்கு வந்தபோது காலதேவன் வந்தான். ராமனைச் சந்திக்க விரும்பினான். இருவரின் பேச்சின் இடையில் யாரும் வரக் கூடாது என்ற நிபந்தனை விதித்தான் காலன். அந்த நிபந்தனையைக் காப்பாற்றும் பொறுப்பை ராமன் லட்சுமணனுக்கு அளித்தான். ஆனால் துர்வாசரின் வரவால் நிபந்தனை கலைந்தது. துர்வாசர் சாபத்தைத் தவிர்பதற்காக லட்சுமணன் நிபந்தனையை மீறி அவரை அனுமதித்தான். அதற்குப் பிராயச்சித்தமாக அவன் சரயுநதியில் மூழ்கி உயிரை விட்டான்.

19. ராமனும் மறைந்தான்

இலட்சுமணனை இழந்த பின் ராமன் புலம்ப ஆரம்பித்தான். என்னைக் கண் இமைபோல் காத்தவனே; மேகநாதனைக் கொன்றவனே; எங்கே போனாய் என வாய்விட்டுக் கதறினான். பக்கத்தில் நின்ற பரதனிடம் “தம்பி உயிர் போனபின் உடல் தனித்து இருப்பதுண்டா? வசிட்டரே பரதனுக்கு முடி சூட்டுங்கள் லட்சுமணனுடன் நானும் போகிறேன்” என்றான்.

பரதன் எழுந்து நின்று கைகூப்பினான். அண்ணா என்ன வார்த்தைகள் சொல்லிவிட்டீர். உங்களைப் பிரிந்த பின் நான் உயிர் தரிப்பேனா. சத்துருக்கனனும் உயிர் தரியானே. கோசலத்தின் தென் பகுதியைக் குசனுக்கும் வடபகுதியை லவனுக்கும் கொடுத்துவிட்டு நாம் மூவரும் வைகுண்ட பதவியை அடைவோம் என்றான்.

ராமன் அதற்கு இணங்கினான். இரு புதல்வருக்கும் முடி சூட்டினான். பின் கானகம் செல்லப் புறப்பட்ட நகரவாசிகள் சிலரும் அவனுடன் புறப்பட்டனர். அப்போது விபீஷணனும் வந்தான்; சுக்கிரீவனும் அனுமனும் வந்தனர். ஜாம்பவானும் வந்தார். எல்லோரும் ராமனிடம் நாங்களும் உம்முடன் வருகிறோம் என்றனர்.

ராமன் அனுமனிடம் “நீ சிரஞ்சீவி; உனக்கு விருப்ப மான இடத்தில் இருக்கலாம்” என்றான். ஜாம்பவானிடம் “கரடி அரசனே நீரும் வர வேண்டாம். துவாபர யுகத்தில் ஒரு காரணத்திற்காக நாமிருவரும் சண்டையிடுவோம். அப்போது நீர் சுவர்க்கம் அடைவீர்” என்றான்

பின்னர் எல்லோரும் சரயு நதிக் கரைக்குப் போயினர். ராமன் நதியை நமஸ்கரித்துவிட்டு இறங்கினான். மற்றவர் களும் இறங்கினர். எல்லோரும் தங்கள் பூர்வீக பிறவியை அடைந்தனர். சுக்கிரீவன் சூரியனிடம் ஐக்கியமானார். ராமர் உட்பட எல்லோரும் வைகுண்டம் போயினர்.

பரமசிவன் பார்வதியிடம் இப்படியாகக் கதையைக் கூறி முடித்தார்.

இந்தக் கதையை எழுதியவர், படித்தவர்கள், கேட்டவர்கள் எல்லோரும் நன்மையடைவார்கள் என்றார் அவர்.

• • •